ஒடுக்கப்பட்ட இந்துக்கள்

ராவ்பகதூர் எம்.சி.ராஜா

தமிழாக்க

எம்.கனகராஜ் பி.ஏ.,
எம்.நாராயணசாமி பி.காம்.,
ஜி.தங்கவேலன் எம்.ஏ.,
வி.வடமலை எம்.ஏ.,
வி.சந்திரன் எம்.ஏ.,லிட்

மூலப்பிரதியுடன் திருத்தம்

ஆ.சுந்தரம்

நீலம்

நீலம்

ஒடுக்கப்பட்ட இந்துக்கள்

ஆசிரியர் : எம்.சி.ராஜா I முதற்பதிப்பு : டிசம்பர் 2022

நீலம் பப்ளிகேஷன்ஸ்,
முதல் தளம், திரு காம்ப்ளக்ஸ்,
மிடில்டன் தெரு, எழும்பூர், சென்னை - 600008.
அட்டைப்பட ஓவியம் : சம்பத்
நூல் வடிவமைப்பு : நெகிழன்

விலை ரூ.125

ODUKKAPATTA INDUKKAL

Author : M.C.Rajah
First Edition : December 2022
Published by : NEELAM PUBLICATIONS,
1st floor, Thiru Complex, Middleton street,
Egmore, Chennai - 600008.
Sudarsan Graphics Pvt. Ltd., Chennai - 600041

Email : editor@neelampublications.com
Mobile : +91 63698 25175

INR : 125
ISBN : 978-93-94591-26-4

Neelam Monthly Magazine & Subscription - www.theneelam.com
Neelam Online Store - www.neelambooks.com

1.நுழைவு வாயில்

1919-ஆம் ஆண்டு மாண்டேகு* செம்ஸ்போர்டு அமைப்புக்குப் பிறகு, ஒரு நூற்றாண்டுக்கு மேலாகச் சட்டத்தின் வழி நின்று ஆண்ட ஆங்கிலேயரின் ஆட்சிக் காலத்தில் அமைதியாக இருந்த சக்திகளெல்லாம் புதுப்பிக்கப்பட்ட உரத்துடனும் உயிர்ச் சக்தியுடனும் உச்சநிலை அடைந்தன. அதுபோன்ற நிகழ்கால நிலை மாறுபாடு தென்னிந்திய வரலாற்றில் அவ்வளவு கவனத்தைக் கவரக்கூடியதும் முக்கியம் பெற்றதுமான ஒரு திருப்பநிலை வேறில்லை.

ஆங்கிலேயர் ஆட்சியின் தீவினைகளைப் பற்றிக் கூறுவதென்றால் அரசன் முதல் சாதாரண குடிமகன் வரை, பார்ப்பனன் முதல் பழங்குடிமகன் வரை அனைத்து மக்களுமே 'சக்தியற்ற' நிலைமைக்குத் தள்ளப்பட்டார்கள் என்றே கூறலாம். மிகவும் விரிந்த பொருளில் கூறினாலும் கூட ஒரே நிர்வாக முறைக்குத்தான் மக்கள் உள்ளாக்கப்பட்டார்கள். அது முழுக்க முழுக்க ஆங்கிலேயரின் நீதி, நேர்மை, நல்ல மனச்சான்று ஆகியவற்றில் தோய்த்தெடுக்கப்பட்ட நிர்வாக முறைகளே ஆகும்.*

விக்டோரியா ராணியார் அவர்களின் கருணை மிகும் பிரகடனத்தில்* அளிக்கப்பட்ட 'முழு சமய நடுநிலைமைக் கொள்கை' பற்றிய உறுதிமொழி, முதல் சரணாகதி என்பதனை மாட்சிமைத் தங்கிய பிரிட்டானியரின் இந்திய அரசுதான் தெளிவுபடுத்தியதாக வேண்டிவந்தது. சமுதாய இழுக்குகளைப் போக்குவதற்காகவும் அல்லது ஒழுக்கம், மனிதப்பண்பு ஆகியவற்றின் மேன்மையைக் கருதியும் சட்டம் கொண்டுவரும்போதெல்லாம் ஏமாற்ற வேண்டியும் ஏற்பட்டது.

*Montagu's announcement made to the house of Commons on 20th August, 1917. The preamble to the government of india act, recapitulated this statement as follows.

'Where it is the declared policy of parliament to provide for the increasing association of Indians in every branch of Indian administration, and for the gradual development of self-governing institutions, with a view to the progressive realisation of responsible government is British India as an integral part of the empire.'

பிரிட்டிஷ் இந்திய வழக்கு மன்றங்களின் போக்கு நீண்ட காலமாக நிலைத்து நிற்கும் சம்பிரதாயங்களை ஒப்புக்கொள்வதாகும். கீழ்ப்பட்ட நீதிமுறை இயந்திரங்களை முழுக்க முழுக்க இந்தியமயமாக்குவது என்பது நீண்டகால சமுதாய இழுக்குகளையெல்லாம் சட்டப்படி செல்லுபடியான; உறுதிவாய்ந்த சமூக அமைப்பாக ஏதுவாக்கப்படவே ஆகும். மேலும், ஏதாவதொரு தனிப்பட்ட சமுதாய இழுக்கினைச் சட்டத்தின் மூலம் போக்க வேண்டி எடுத்துக்கொள்ளப்படும் சிறு முயற்சியுங்கூட "ஐயோ, மதத்திற்கு அபாயம்" என்று கூக்குரல் எழுப்பி நிறுத்தப்பட்டிருக்கிறது; அதோடு விக்டோரியா அரசியாரின் புனிதப் பிரகடன உறுதிமொழி மீறப்படுகிறது என்ற ஐயத்தையும் அகற்ற வேண்டிய கவலை மாநிலத்திற்கு ஏற்பட்டது.

ஆட்சித்துறையில் இடம்பெற்றிருந்த இந்தியர்கள் மிகப் பெரும்பான்மையான கீழ்மத்திய வகுப்பிலிருந்து வந்தவராவார்கள். அவர்கள்தான் முதன்முதலாக 1854ஆம் ஆண்டின் சட்டப்படி நிறுவப் பட்ட பல்கலைக்கழகங்கள் அளித்த கல்வி வசதிகளைப் பயன்படுத்த முந்திக்கொண்டவர்கள். பழைய இலண்டன் பல்கலைக்கழகத்தை மாதிரியாகக் கொண்ட, வெறும் தேர்வு நடத்தும் குழு போன்ற, கல்விமுறை உயிரற்றது என்பதோடு அது உணர்ச்சியூட்டப்பட்ட மனிதர்களைத்தான் எடுத்துக்காட்டாக உண்டாக்கியுள்ளது என்று தற்போது கண்டிக்கப்படுகிற*து. அம்முறையில் உண்டாக்கப்பட்டவர்கள் எல்லாம், 'தருமம், அகிம்சை' என்ற அவர்களின் பழைய சாக்கடையிலிருந்து தங்களைத் துண்டித்துக்கொண்ட வகையினரைச் சார்ந்தவர்களாவர். இவர்கள் ஆங்கிலேயரின் நீதி, நேர்மை ஆகிய கொள்கைகளை ஜீரணம் செய்யாதவர்கள்; விதிவிலக்கானவர்களும் உண்டு. அவர்கள் வெளிநாடுகளின் கட்டுப்பாடற்ற ஐந்து முதல் பதினைந்தாம் நூற்றாண்டைச் சார்ந்தவர்கள். மிகப்பெரிய மக்கள் தொகையில் இவர்கள் மேற்கத்திய அரைகுறை அறிவுபடைத்து, மிகப்பெரும்பாலாகக் கொள்ளையடிக்கிற வாழ்க்கையைத் தொழிலாகக் கொண்டவர்கள்.

* *The famous proclamation of Queen Victoria in the year 1858 as follows.*

'We declare it to be our royal will and plessure that none be in any wise favoured, none Molested or disquieted by reason of their Religious Faith or observances; but that all shall alike enjoy the equal and impartial protection of the law; and we do strictly charge and enjoin all these who may be in authority under Us that they abstain from all interference with the Religious Belief or worship of any of our subjects, on pain of Our highest Displeasure.

தங்களாலேயே உண்டாக்கப்பட்ட கலங்கிய குட்டையில் மீன் பிடிப்பவர்களைப் போன்றவர்கள். ஆட்சித்துறை இயந்திரத்தின் கீழ்த்தரக் கிளைகளில் நுழைந்துவிட்ட இவர்கள் கலெக்டர், கமிஷனர், ஜட்ஜ் போன்ற மிக உயர்ந்த அதிகாரிகள் முதல், நகர்ப்புறக் காவலர் (போலீஸ்), நாட்டாண்மையார் வரை பொதுமக்களைக் கொடுமைப்படுத்துவதில் இன்புற்றுவந்தார்கள்.

அதிகாரிகளைச் சார்ந்தும், கேவலமான காவலரின் பக்கமும் பலம் வாய்ந்த பிரிட்டிஷ் பேரரசின் பேராதரவும் ஆதிக்க வெறியும் இருந்தது பொதுமக்களுக்கு நன்றாகத் தெரியும். மக்கள் மிகவும் ஏழ்மையிலும் ஊக்கமற்றும் இருந்தனர். எனவே மக்கள் அதிகாரம் என்ற போர்வையில் கொடிய செயல்களைப் புரியும் அதிகாரிகளைச் சுட்டிக்காட்டி தண்டிக்க முயற்சி எடுத்ததில்லை. மேலும், ஆங்கிலேயரின் ஆட்சிப் பிரதிநிதிகள் (Agency) மிகவும் குறைந்த எண்ணிக்கையில் இருந்தமையாலும் அவர்களின் கண்காணிப்புக்கு ஒதுக்கப்பட்ட இடம் அதிகமாக இருந்ததாலும் ஒரு தனி அதிகாரி அவ்வளவு பரந்த நிலப்பரப்பெங்கும் பயனளிக்கும் வகையில் மேற்பார்வையிட இயலாமல் இருந்தது.

இக்கொடுமைகள் எல்லாம் ஆணியை அடித்து இறக்குவதுபோன்று சமுதாய இழுக்குகளை மிகப்பெரிய அளவு முளைப்பாக 'தாழ்த்தப்பட்டோர்' என்று வகைப்படுத்தப்பட்ட வகுப்பார் மீது விழுந்தது. இந்திய அதிகார வர்க்கம் முழுவதும் இயற்கையாக உயர்வானவர் என்ற எண்ணத்தைக் கொண்டுள்ள மேட்டுக்குடியிலிருந்து வந்ததே இதற்குக் காரணமாகும்.

○ ○ ○

2. கொடுமை

அண்மையில் எடுக்கப்பட்ட மக்கள்தொகை எண்ணிக்கையின் அறிவிப்புப்படி மொத்த மக்கள் தொகை நாற்பத்து மூன்று இலட்சமாகும் (43,00,000). இதில் தாழ்த்தப்பட்ட பழங்குடி மக்கள் மட்டும் சுமார் ஏழரை லட்சமாகும் (7,50,000). மாநில மொத்த எண்ணிக்கையில் ஆறில் ஒரு பகுதிக்கு மேல் உள்ளனர். 'தாழ்த்தப்பட்ட வகுப்பினர்' என்ற சொல்லைப் 'பிற்பட்ட வகுப்பினர்' என்பதோடு வைத்து குழப்பக்கூடாது. பிற்பட்ட வகுப்பினர் கல்வியில் மட்டும் பின்னடைந்தவர்கள்; ஆனால், சமயம், சமுதாயம், பொருளாதாரம் ஆகியவற்றில் உண்மையிலேயே உயர்ந்திருப்பவர்கள்.

மாறாக, 'தீண்டாத வகுப்பினர்' என்று கூறப்பட்டு, கல்வி, பொருளாதாரம், சமுதாயம் ஆகியவற்றில் பின்தங்கியுள்ள சமுதாயத்தினர்தான் 'தாழ்த்தப்பட்ட வகுப்பினர்' என்றழைக்கப்படுகின்றனர். இம்மக்கள் சாதி இந்துக்களின் பன்னெடுங்கால கொடுமைகளாலும், சமுதாய அழுத்தம் போன்ற புறக்கணிப்பாலும் தாழ்த்தியே வைக்கப்பட்டு வந்துள்ளனர். உயர்சாதிக்காரரர்கள் என்போர் நெடுங்காலமாக நடத்திவரும் கொடுமைகளின் விளைவுதான் பழங்குடி மக்களின் இன்றைய இழிநிலைக்குக் காரணமாகும்.

இவ்வாறு ஓர் இனம் இருப்பது என்பது இந்தியாவுக்கு மட்டும் புதுமையானதல்ல என்று சில வேலைகளில் வாதாடப்படுகிறது. ஆனால், இந்தியாவில் செயல்படுகிற சாதிப் பாகுபாடு வேறெங்குமில்லை. மற்ற நாடுகளில் பத்தில் ஒரு பகுதியினரின் தாழ்ந்த நிலைக்குப் பொருளாதாரக் காரணங்களைத்தான் கூற வேண்டும். ஆனால், இம்மாநிலத்தில் அழுத்தப் பட்டிருக்கும் ஆறில் ஒரு பகுதியினரின் அல்லது ஆதிதிராவிடர்களின் ஆதிஆந்திரர்களின் மற்றும் பிறரின் இழிநிலைக்கு, நூற்றுக்கணக்கான ஆண்டுகளாக இவர்களுக்கு எதிராக இயங்கிவரும் சமய, சமுதாய செயல்முறைகள்தாம் காரணமாகும்.

இந்தியாவுக்கு மட்டுமே உரிய இத்தனித்தன்மை இழிநிலையிலுள்ள சமூகத்தால் ஏற்பட்டதன்று. ஒடுக்கப்பட்டவர்களை, பழங்குடிகளை முன்னேறவிடாமல் முட்டுக்கட்டை போட்டு அதிகாரம், செல்வாக்கு, உரிமையைப் பறித்த ஏனையோர்களால்தான் ஏற்பட்டது. எப்படி இவர்களெல்லாம் தீண்டாதவர்களாக, நெருங்கினால் தீட்டு ஏற்படச் செய்பவர்களாக மதிக்கப்படுகிறார்கள் என்பதில் சமூக ஊழியர்கள் ஆழ்ந்த அக்கரைக் காட்ட வேண்டும். குதிரையைத் தொடலாம், நாயைத் தட்டிக்கொடுக்கலாம், பூனையைத் தடவிவிடலாம். பழங்குடி மகனைத் தொடக்கூடாது. வீடுகளில் பசுக்களையும் நாய்களையும் வளர்க்கலாம். பாவங்களுக்குப் பிராயசித்தமாக பசுக்களின் சிறுநீரைக் குடிக்கலாம். அவற்றின் சாணங்களைக் கூட விழுங்கலாம்; ஆனால் ஒரு பழங்குடி மகனை அணுகக் கூடாது! சோன்னரெட் என்பவரின் 'கிழக்கிந்திய தீவுகளுக்குக் கடற்பயணம்' என்ற நூலில் கீழ்க்காணும் வாசகத்தைக் காணலாம்.

"…..ஓர் இந்தியன் ஆதிதிராவிடனுடன் பேசும்போது, அவப் பேறுடையவனான ஆதிதிராவிடன் தன்னுடைய கையால் வாயைப் பொத்திக்கொள்ள வேண்டும். அவ்வாறு செய்யாவிடில், அவனுடைய

மூச்சுக்காற்றினால் இந்தியனின் தூய்மை கெட்டுவிடும். நெடுஞ் சாலைகளில் சந்திக்க நேர்ந்தால், உடனே ஆதிதிராவிடன் ஒதுங்கி நின்று மற்றவர் (சாதி இந்து) போக வழிவிட வேண்டும். ஆதிதிராவிடன் தொட்டு விட்டால் (சாதி இந்து) குளிப்பதன் மூலம் தன்னைத் தூய்மைப்படுத்திக் கொள்ள வேண்டும்'' என்று குறிப்பிடுகிறார்.

ஆதிதிராவிட, பழங்குடி மக்களுக்குப் பொதுக்கிணறுகள், சாலைகள் ஆகியவற்றைப் பயன்படுத்தும் உரிமை மறுக்கப்பட்டுவிட்டது. அவர்கள் கோயில்களில் நுழையமுடியாது. அரசாங்க உதவிபெறும் பள்ளிகள், கல்லூரிகள் ஆகியவற்றில் கூட அவர்கள் சேர முடியாது. அஞ்சல் அலுவலகங்களுக்குப் போய் கடிதங்கள் போடவோ, தபால் வில்லைகள் வாங்கவோ முடியாது. அவர்கள் சத்திரங்களில் அனுமதிக்கப்படுவதில்லை. ஏழைகள், உதவி வேண்டி வருவோர், துன்பப்படுவோர் ஆகியவர்களின் துயர் துடைப்பதற்கென்றே தர்ம வீடுகள் ஏற்படுத்தப்பட்டுள்ளன. இருந்தாலும், ஆதிதிராவிடர் இவ்வுதவிகளைப் பெறமுடியாமல் மறுக்கப்படுகின்றனர். நாய்கள், பூனைகள், பன்றிகள், கழுதைகள், எருமைகள் ஆகியவற்றுக்கு அளிக்கப்படும் உரிமைகள் கூட இவர்களுக்கு மறுக்கப்பட்டுள்ளன. மனிதனை மனிதன் மனிதத்தன்மையற்று நடத்தும் போக்கு கணக்கற்ற ஆயிரக்கணக்கானவர்களைத் துயருறச் செய்கிறது. இன்னும் எவ்வளவு காலத்திற்கு இந்த அவலநிலை தொடர்ந்து வர இருக்கிறதோ!

மனிதனுக்குரிய உணர்வுகள் - எதிர்காலத்தில் அறியாமை, அடிமைத்தன்மை, துயர்தோய்ந்த வாழ்க்கையில் உழன்று தாங்களே முன்னேற்றமடைய - உயர்த்திக்கொள்ள - எந்தவித பேரவா கொண்டாலும் அவ்வாறு எண்ணுவதே பாவமென்று கட்டாயப்படுத்துவது போன்ற தவறுகளைச் செய்து ஒரு சமுதாயத்தை அழிக்கும் பெரும்பிழை வேறு இருக்கமுடியாது. கோடிக்கணக்கான ஆதிதிராவிட பழங்குடிமக்கள் ஒவ்வொரு நாளும் வதைப்படுகிறார்கள். வெறுப்புணர்ச்சியுடன் இழிந்த மிருகங்களைவிடக் கேவலமாக, காட்டுமிராண்டித்தனமாக நடத்தப்படுகிறார்கள். பசிக் கொடுமை, நிர்வாணக் கோலம், வாழ்க்கையில் ஊக்கமற்றப் போக்கு, கேவலமான குடிசைகளில் வாழும் கோரம், நெடுங்காலக் கொடுமைகளினால் வந்தடைந்திருக்கும் கெஞ்சல் போக்கு, -நிராதரவாக விடப்பட்ட அவலநிலை போன்ற முற்றிலும் துயர் நிரம்பிய இழிந்த சக்தியற்ற நிலையில் பழங்குடி மக்கள் இருக்கிறார்கள். இது இந்த நாட்டுக்கு நேர்ந்த மாபெரும் பழி இல்லையா?

இந்தியாவில் சமூக ஒதுக்கம் செய்யப்பட்டவர்களின் சமுதாய நிலை மிகவும் துயரம் நிறைந்த ஒன்றாகும். நூற்றுக்கணக்கான ஆண்டுகளாக நடந்துவரும் கொடுமைகளுக்கு எதிரான விடுதலையை அல்லது சாதாரண குடிமகனுக்குரிய முக்கியமான உரிமைகளை வற்புறுத்த முற்பட்டவுடன், சட்டத்தை மீறி தான்தோன்றித்தனமான கொடுமை மிகுந்த செயல்கள் ஓராயிரம் உருவங்களெடுத்து அவனைத் தொடர்ந்து சென்று தாக்குகின்றன. மேலும், பழைய நிலைமைக்குத் தள்ளப்பட்டு இன்னும் படுமோசமான நிலைக்கு அவன் உள்ளாக்கப்படுகிறானே ஒழிய, தான் எடுத்த முயற்சியில் முன்னேற்றம் எதுவும் அடைவதில்லை. கல்வியறிவற்று சமுதாயத்தின் அடித்தளத்தில் அழுத்தப்பட்டிருப்பதனால், அவனைச் சுற்றிலுமுள்ள சாதி இந்துக்கள் ஈவு இரக்கமின்றித் கொள்ளை யடிக்கிறார்கள்.

தற்போது, தாழ்த்தப்பட்ட பழங்குடி மக்கள் தங்களுடைய வலிமை அற்றத் தன்மையை உணர்கிறார்கள். ஆதிதிராவிட பழங்குடி மக்கள் தங்களுடைய பண்டைய மரபுரிமை பறிக்கப்பட்டதை மிகத்தெளிவாக உணர்கிறார்கள். சாதி இந்துக்களின் ஓரவஞ்சனை, குறுகிய இனப்பற்று, குருட்டுத்தன்மை, சாதியச்செருக்கு, கொடுங்கோன்மை ஆகியவைதாம் தாழ்த்தப்பட்ட பழங்குடி மக்களின் பட்டினிக்கும் அறியாமைக்கும் காரணம் என்பதை ஆதிதிராவிட மக்கள் உணர்ந்துவிட்டார்கள். ஆதிதிராவிடர் இந்த மண்ணில் பிறந்தவர்கள். செருக்கு கொண்ட இந்து சகோதரர்களுடன் சரிநிகர் உரிமைகளை - சிறப்பு உரிமைகளை - நுகரும் குடியுரிமையாளர்கள் தாங்கள் என்பதையும் உணர்கிறார்கள்.

வெள்ளையரின் வருகைக்கு முன்னாலிருந்த இந்திய அரசர்களின் ஆட்சியின்கீழ் தாழ்த்தப்பட்ட பழங்குடி மக்களின் நிலையுடன் இன்றைய அவர்களின் நிலையை ஒப்பிட்டுப் பார்க்கும்போது வணக்கமான நன்றியுடன் கூடிய உணர்ச்சிதான் முதன்மையாக நிற்கிறது. ஆங்கிலேயரின் வருகையுடன் ஆதிதிராவிடர்களின் அடிமைத்தளை அறுபடத் தொடங்கி விட்டது. ஆனால் முழு விடுதலை ஏற்படவில்லை. சிலர் ஆங்கிலேயரைப் பற்றி வெறுப்புடன் பேசுவதைக் கேட்கிறோம். ஆனால், இந்தக் கல்வி, பொருளாதார முன்னேற்றம், தனிமனித உரிமை ஆகியவை சிறிதளவாவது எய்தியமைக்குக் காரணமான அந்நியர்களுக்கு, இந்த மக்கள் கடமைப்பட்டவர்களாக இருக்க வேண்டாமா? அதைவிடுத்து, சாதிவெறி, தன்னலம் கொண்ட - ஒப்புக்காக ஒரே மரபு, இனம் எனக் கூறிக்கொண்டு நப்பாசையும் பேராசையும் கொண்டு

தாழ்த்தப்பட்டோரின் உழைப்பை உறிஞ்சி, உழைப்புக்கேற்ற ஊதியம் தராமல் மிகவும் சொற்ப கூலி கொடுக்கும் - சாதி இந்துக்களுக்குப் பழங்குடி மக்கள் எப்படிக் கடமைப்பட்டவர்களாக இருக்க முடியும்?

மேலும், பல மாவட்டங்களில் விவசாயக்கூலி வேலைப் பார்க்கும் தொழிலாளி கடன் பளுவினால் சாதி இந்துவாகிய தன்னுடைய முதலாளியுடன் இணைக்கப்பட்டுவிடுகிறான். இந்த எஜமானர்கள், கடனைத் திருப்பித் தராமலிருக்க வேண்டிய எல்லா முயற்சிகளையும் செய்வார்கள். நடைமுறையில் அவன் ஒரு அடிமை என்ற நிலையிலேயே இருக்க வேண்டும். இந்தக் கொத்தடிமையினால் (ஆள் அடகுமுறை) விவசாயத் தொழிலாளி நிலக்கிழாருடன் கட்டுப்பட்டுவிடுவதோடு தனக்குப் பிறகும் தன் சந்ததியார்கள் கடனை அடைத்து தீரும்வரை கொத்தடிமையாக இருந்து உழைக்க வேண்டும் என்ற முறை எல்லோருக்கும் நன்றாகத் தெரிந்ததாகும். பல மாவட்டங்களில் தாழ்த்தப்பட்ட இனத்தைச் சார்ந்த ஒருவர் அரசாங்கப் புறம்போக்கு நிலத்தை விலைக்கு வாங்க விரும்பினால் சாதி நிலவுடைமையாளர்களின் பொறாமைத் தீ கனன்றெழுகிறது. அதன் பின்னர் நடப்பது என்ன? பரம்பரை நிலவுடைமையாளர்களின் ஆழ்மனங்களில் உள்ள பலத்த சதித்திட்டத்திற்கு அவர் தொடக்க முதலே பதிலைக் கண்டுபிடிக்க வேண்டும். பல வேளைகளில் தங்களது மண்ணாசைக்குப் பலியாக இருப்பவரை ஏமாற்றி அழித்திட அவர்கள் கையாளும் கீழ்த்தரமான நடவடிக்கையும், ஏமாற்று வேலையும், தரம் தாழ்ந்த தந்திரமும், சதியைச் செயல்படுத்திடும் தீரமும் விவரிக்கவியலாதவை.

ஏறத்தாழ ஆதிதிராவிட மக்கள் கல்வியறிவற்று, சமுதாயத்தில் கொடுமைகளுக்கு ஆளாக்கப்பட்டிருப்பதால் கிராம மணியக்காரரர் விவசாயம் செய்யும் தாழ்த்தப்பட்டோரிடமிருந்து மிகையான வரி வசூலிப்பது, வாங்கிய வரிப்பணத்திற்கு ரசீது தராமலிருப்பது, பலமுறை அவர்கள் பேரில் கட்டணம் விதிப்பது, பெறப்பட்ட பணத்தைக் கொடுக்கவில்லை என்று மறுப்பது, வயலிலிருந்து அறுவடை செய்யவிடாமல் தடுப்பது அல்லது இம்மாதிரியான நியாயமற்ற செயல்களுக்கு உடன்படவில்லையானால், அவர்களுடைய நிலங்களை ஏலத்தில் விடுவது போன்ற நிகழ்ச்சிகள் நடப்பது மிக சர்வசாதாரணமாகும். சில சமயங்களில் நன்செய் சாகுபடிக்குரிய வரியைப் புன்செய் சாகுபடிக்கும் செலுத்த வற்புறுத்தப்படுகிறார்கள்.

அரசாங்க புறம்போக்கு நிலங்களைத் தங்களுக்கு அளிக்க வேண்டி தாழ்த்தப்பட்டோரிடமிருந்து வரும் விண்ணப்பங்கள் தற்போது எப்படிக் கையாளப்பட்டு நிராகரிக்கப்படுகின்றன என்பதை அறிய பலர் அக்கறை கொள்வர் என்பதில் ஐயமில்லை. இந்த மனுக்கள் எல்லாம் “ஊருணிக்கரை, நீர்த்தேக்கம், கிராமப் பொதுவிடம்'' என்று தொடர்பில்லாதக் காரணங்களால் தள்ளப்படுகின்றன. இவை நிலங்களையுடைய, வசதி படைத்த சாதி இந்துக்களுக்காக ஒதுக்கி வைப்பதற்கான சாக்கு போக்குகளேயாகும். விண்ணப்பங்கள் அனைத்தும் கிராம கணக்குப்பிள்ளை, கிராம மணியக்காரர் ஆகியோரின் அபிப்ராயங்களுக்கு அனுப்பப்படுகின்றன. அநேகமாகப் பெருமளவுக்கு அவர்களின் கருத்தைப் பொறுத்துத்தான் மனுக்களின் தலைவிதி நிர்ணயிக்கப்படுகிறது. இந்த அரசாங்க அதிகாரிகள் எல்லோருமே சாதி இந்துக்கள். எனவே, அவர்கள் தாழ்த்தப்பட்ட பழங்குடி மக்களிடம் எந்தவித இரக்கமும் கொள்ளவில்லை.

இவ்வாறு நிலங்களை வழங்கி பட்டா செய்வதற்கு எதிராக வற்புறுத்தப்படும் மற்றொரு மிகச்சாதாரணமான தடை மேய்ச்சக்கால் மிராசு போன்ற நிலக்கிழார்களாகிய சாதி இந்துக்களின் கால்நடை மேய்ச்சலுக்கு வேண்டப்படுகிற நிலம் என்றெல்லாம் கூறி தடை செய்கிறார்கள். செல்வத்தில் புரளும் இந்தச் சாதி இந்துக்கள் தங்கள் கால்நடைகளுக்கு தங்களிடம் உள்ள பெருமளவு நிலத்தின் ஒரு பகுதியையே ஒதுக்கிவிடலாம். அதை விடுத்து அரசாங்க நிலங்களை மேய்ச்சல் நிலமாக இலவசமாகப் பெற வேண்டுமென்று விரும்புகிறார்கள். தாழ்த்தப்பட்டோரிடமிருந்து பயிரிட விரும்பிக் கோரிவரும் மனுக்களைக் கூட இவ்வாறு காரணம் கூறி வேண்டா வெறுப்புடன் நிராகரிக்கிறார்கள். ஆண்டவனின் படைப்பில் பழங்குடி மக்கள் ஆடு மாடுகளை விட கீழானப் பிறவிகள் என்று அவர்கள் நினைக்கிறார்கள்.

இது சம்பந்தமாக நடக்கும் மற்றொரு விசித்திரமான செயல் என்னவென்றால், இவ்விண்ணப்பத்தாரர்களிடம் சொந்தமாக ஒரு ஜதை மாடுகளும் கலப்பையும் இல்லை என்று கூறி நிராகரிப்பதுதான். இது வண்டியைக் குதிரையின் முன்பு கொண்டுவந்து இணைப்பதை ஒத்ததாகும். உலகிலேயே தனக்கென்று ஒரு அங்குல நிலம் கூட இல்லாத ஒரு ஏழை தாழ்த்தப்பட்ட வகுப்பினன், ஒரு ஜோடி மாடுகளையும் கலப்பையையும் வைத்திருக்க முடியுமென்று எப்படி நாம் எதிர்பார்க்க முடியும். மனுதாரருக்கு எப்படியோ தற்செயலாகச்

சிறு நிலம் கிடைக்கப்பெற்றாலும் அந்நிலத்தில் வளரும் மரங்களுக்காக விலை செலுத்த வேண்டுமென்று வற்புறுத்தப்படுகிறார்கள். பழங்குடி மரபைச் சார்ந்த ஓர் ஏழைக் குடியானவன் வாழ ஆரம்பிக்கும்போதே இந்த மரங்களுக்காகச் செலுத்த வேண்டிய பணம் அவனிடமிருக்கும் என்று நடைமுறையில் எதிர்பார்க்க முடியாது.

ஏழை ஆதிதிராவிட மக்களுக்கு இந்நிலங்களைப் பட்டா செய்து வழங்குவதில் கவனத்தைக் கவரும் இன்னுமொரு சிறப்புக் கூறு என்னவென்றால், தரிசு நிலங்களை வகைப்படுத்துவதிலும் கூட சாதிப் பாகுபாடுகள் புகுத்தப்படுவதுதான். சாதிகள் நிறைந்த இந்த நாட்டில் நிலங்கள் கூட மேல், கீழ் என்று பிரிக்கப்படுகின்றன. உயர்ந்த சாதி என்று சொல்லிக்கொள்பவர்களுக்குப் பண்பட்ட நிலங்கள் ஒதுக்கப்படுகின்றன. மற்ற நிலங்கள் தாழ்த்தப்பட்ட ஏழைகளுக்குக் கொடுக்கப்படுகின்றன. எடுத்துக்காட்டாக, ஆதிதிராவிட வகுப்பைச் சேர்ந்த ஒருவர் வீடு கட்டுவதற்காக ஒரு மேடான இடத்தைக் கேட்டு மனு கொடுத்தால், அவருக்குத் தாழ்ந்த சதுப்பான இடமே வீட்டு மனையாக அளிக்கப்படுகிறது. பயிரிடத் தகுந்த சிறு தரிசு நிலத்துக்காக மனு கொடுத்தால், அவருக்குப் பயிரிட முடியாத பயனற்ற பாதை அல்லது ஊர்ப்பாங்கான சிறு நிலம் வழங்கப்படுகிறது.

'தென்னிந்திய நில அடிமைகள்' என்ற தனது துண்டறிக்கையில் ஆதிதிராவிடர்களைக் கொடுமைப்படுத்தும் உண்மையை ரெவரென்ட் டி.பி.பாண்டியன் கீழ்க்காணும் விதம் சித்தரிக்கிறார்.

"ஓர் ஏழை ஆதிதிராவிடன் சென்னை மாநிலத்தில் உள்ள குக்கிராமத்தி லிருந்து புறப்பட்டுப் பொருள் தேடி பிரிட்டிஷ் ஆதிக்கத்திலிருக்கும் மற்றொரு பகுதிக்குச் சென்றான். அங்குத் துறைமுகத்தில் கூலித்தொழிலாளியாகப் பிழைப்பு நடத்தினான். வருமானம் ஆறு அணாவுக்கும் கொஞ்சம் அதிகம். கடுமையான சிக்கனத்தைக் கையாண்டு ஐந்தாண்டுகளாகப் பணம் சேர்த்தான். 'மீண்டும் கப்பலேறி இந்தியாவுக்குச் சென்று இன்னின்னவை செய்ய வேண்டும்' என்று தமக்குள் கற்பனை செய்துகொண்டான். அவன் உள்ளம் இன்பத்தால் துடித்தது.

கிராமத்திலுள்ள அந்த சிறிய வீட்டின் வாயிலை அடைந்தவுடன் மனைவியும் குழந்தைகளும் பிறரும் அவனைப் பார்த்துக் கூச்சலிட்டு ஆரவாரம் செய்தார்கள். அன்பில் தோய்ந்த வார்த்தைகளால் கிராமிய வீடு முழுவதும் ஒரே எழுச்சிமயம்.

சிறிது நாட்களுக்குப் பிறகு சிறு வியாபாரம் செய்ய தலைப்பட்டான். சாதி செருக்கர்களுக்கு இது பெரும் கண்வலியாக இருந்தது. பன்றிகளை மேய்த்துவந்த இராமனை ஒரு சிறுவியாபாரியாகச் சகித்துக்கொள்ள பெருநிலக்கிழார்களால் முடியவில்லை. மரபுப்படி கொடுமைகள் இழைக்க ஆரம்பித்தனர். மிகவும் தந்திரமாக அவன் மீது குற்ற வழக்கை ஜோடித்து திருட்டுக்குற்றம் சாட்டிக் கொடுஞ் சிறையில் தள்ளினர். அந்தக் குடிசையில் மீண்டும் இருள் கவ்வியது. ஏழ்மை தன்னுடைய கோரமான கரிய பிணச் சீலையை மறுபடியும் அந்த ஏழைக்குடும்பத்தின் மீது பரப்பிற்று. இப்போது அந்த ஏழைக் குடிசையினுள் இருள் மட்டுமே மண்டிக்கிடக்கிறது. புன்னகை எல்லாம் கண்ணீராயிற்று. அங்கே காணுமிடமெல்லாம் பட்டினியும் நோயும். ஏழ்மையின் கூரிய கதிர்களுக்கு முன்னால் நிற்க முடியாத அவ்வினிய மலர்கள் மடிந்து விழுந்தன. மீண்டும் எழுந்து விடுதலையாகி வீடு திரும்பும் தந்தையைக் காண முடியாதவாறு அவர்கள் மண்ணில் விழுந்து மாண்டனர். குழந்தைகளின் நிலைதான் இப்படியென்றால், இராமனுடைய மனைவியின் கதியோ துயரமும் பட்டினியும்தான். அவளும் வறுமையால் இறந்துபோனாள். விடுதலையடைந்த இராமன் தனது வீடு நோக்கி அடியெடுத்து வைக்கிறான். அவனுடைய பழைய வீடு வெறிச்சோடி கிடக்கிறது. பிச்சையெடுக்கும் தொழில் ஒன்றுதான் அவனுக்காகக் காத்திருக்கிறது. கடுந்துயரமும் வறுமையும் அவனுடைய வாழ்நாளை முடித்துவிடுகின்றன. இராமனின் கதி இதுதான்."

மற்றொரு நிகழ்ச்சி குறித்தும் உங்களுக்குக் கூறியாக வேண்டும். ஓர் ஏழைக் கூலித்தொழிலாளி, அவரது மனைவி இருவரின் பிழைப்புக்கு ஒரே ஆதரவாயிருந்த பசுமாட்டை எப்படி அவர்கள் இழக்க நேர்ந்தது என்பதுதான் அந்த நிகழ்ச்சி.

தாழ்த்தப்பட்ட வகுப்பைச் சார்ந்த பெரிய குடும்பப் பொறுப்பாளர், அவருடைய பிள்ளைகள் பிழைப்புத்தேடி தூரப் பகுதிகளுக்குச் சென்று விட்டனர். அந்தக் குடும்பப் பிழைப்புக்கு ஒரு பசுமாடு மட்டும்தான் இருந்தது. கிராமத் தலைவரின் பார்வை பசுமாட்டின் மீது விழுந்தது. அவ்வளவுதான், பசுமாடு பலவந்தமாகப் பிடித்துச் செல்லப்பட்டது. கணவனும் மனைவியும் கெஞ்சினர். கிராமத்தலைவர் அவர்களுக்கு மாதம் எட்டணா மட்டும் தருவதாக உறுதியளித்து விரட்டிவிட்டார்.

கிராமங்களில் இதுபோன்ற மன்னிக்க முடியாத கொடுமைகள் இழைக்கப்படுவது, தங்களைத் தாங்களே பாதுகாத்துக்கொள்ள முடியாத ஏழை மக்கள் கொள்ளையடிக்கப்படுவது போன்ற அநியாயங்கள்

அநேகமாக நாள்தோறும் சர்வசாதாரணமாக நடைபெறுகின்றன. புழு போன்ற ஏழைகளைக் காலால் மிதிப்பது, நல்ல பாம்பு போன்று நடத்துவதெல்லாம் சித்திரவதை அல்லவா! சித்திரவதை எந்தத் தோற்றத்தில் இருந்தாலும் கண்டிப்புடன் அதைக் களைந்தெறிய வேண்டும். ஏழைகளின் வீடுகளை அழிக்கின்ற அக்கிரமக்காரர்களுக்குச் சட்டம் கொடுக்கும் தண்டனையும் கடுமையானதாக இருக்க வேண்டும்.

இன்னுமொரு எடுத்துக்காட்டு, ஒரு கிராமத்துக் கர்ணம் (கணக்குப்பிள்ளை) ஏழை ஆதிதிராவிடனைத் தன் சுயநலனுக்காகப் பயன்படுத்திக்கொள்ளும் அநியாயத்தைக் காணலாம்.

அந்தக் கர்ணம் நிலக்கிழாரானதே ஒரு புரியாத புதிர். தன்னுடைய நிலங்களுடன் வேறு நிலங்களையும் சேர்த்து குட்டி ஜமீன்தார்களுக்கு இணையானவராகிட விரும்புகிறார். தமது பரந்துபட்ட விவசாய நிலத்திற்கு அருகிலேயே தரிசு நிலம் ஒன்று இருப்பதைக் கண்டு, பறையரினத்தைச் சேர்ந்த தன்னுடைய வேலைக்காரர்களில் ஆறு பேரை அழைத்து இரகசியமாகப் பஞ்சாயத்துக் கூட்டத்தை நடத்துகிறார்.

அரசாங்க அனுமதி இல்லாமலேயே தரிசு நிலங்களைப் பிடித்துப் பயிரிடலாம் என்று அவர்களில் சிலரை நம்பும்படி செய்கிறார். வரி ஒழுங்காகச் செலுத்தினால் எந்தவித சந்தேகமும் எழாது என்று நம்ப வைக்கிறார். ஆதிதிராவிடர்கள் (நம்பிக்கையுடன்) இந்த நிலங்களில் மிகவும் கடினமாக உழைக்கிறார்கள். (நிலம் நன்றாகப் பண்படுத்தப்படுகிறது). கலப்பை, ஏற்றம் ஆகியவற்றிற்குக் கர்ணத்திடமே கடன் வாங்கப்பட்டது. ஆட்டு மந்தைகள் அங்குமிங்குமாக நடமாட அனுமதிக்கப்பட்டு நிலத்துக்கு உரமூட்டப்படுகிறது. இவை யாவற்றிற்கும் பணம் தேவை. ஏழை பறையன் தான் வாங்கும் கடனைப் போல் நான்கு மடங்கு பணத்தை நிலத்தின் விளைச்சலிலிருந்து பெற்றுக்கொள்ளலாம் என்னும் நம்பிக்கையில் கடன் வாங்குகிறான். விதையை ஏற்கும் வகையில் நிலம் பண்படுத்தப்பட்ட பின்னர் மதி மயங்கிய ஏழை பறையரினத் தொழிலாளி பட்டா பெறுவதற்காக அரசிடம் விண்ணப்பிக்கக் கணக்குப்பிள்ளையால் துன்பப்படுகிறான். நில உடமையாளருக்கு உரிமை தருவதுடன் நிலத்தை அபகரிப்பவர்களிடமிருந்து தகுந்த முறையில் தன்னைப் பாதுகாத்திட பட்டா தேவை என்பதால் தொழிலாளி இந்நடவடிக்கையைத் தொடங்குகிறார்.

ஆனால், 'பட்டா'வுக்காக மனு செய்துகொண்ட பிறகுதான், கர்ணம் மனுவை எதிர்க்கிறார் என்பதை அந்த ஏழை தெரிந்துகொள்கிறார்.

அவரைப் பாதுகாப்பதாக நடித்த கர்ணம், அவருக்கு மிகவும் கடுமையான எதிரியாக மாறுகிறார். கர்ணம், சம்பந்தப்பட்ட அதிகாரிகள் முன் சாட்சியம் கூறும்போது "ஆதிதிராவிடன் அனுமதியின்றி நிலத்தை அபகரித்துக்கொண்டான்" என்றார். பிறகு கர்ணத்தின் பேரில் ஏற்கெனவே இரகசியமாக 'பட்டா' செய்துவிட்டிருந்ததால், நிலத்தைக் கர்ணத்திடமே ஒப்படைக்க வேண்டும் என்று முடிவு செய்யப்பட்டது. கர்ணம் அடைய விரும்பியது இவ்வாறுதான். நன்மையடையப் போகிறோம் என்று மெய்யாக நம்பி ஆதிதிராவிடர் கடுமையாக உழைத்தார். ஆனால், உழைப்பிற்கு ஏற்ற பலனை அனுபவிக்க முடியாதபடி நிலத்தைவிட்டே துரத்தப்பட்டார். அநியாயம் இவ்வாறு அமைகிறது. அதற்குச் சட்டம் இடம் தருகிறது.

அதேபோன்று மற்றொரு எடுத்துக்காட்டு,

இங்கே முரட்டுத்தனமான கொடுமை இரும்புக்கரம் கொண்டு அரசோச்சுகிறது. ஆனால், இதில் வரும் ஆதிதிராவிட உழவன் சிறிது அதிர்ஷ்டசாலி.

அவர் அரசாங்க அனுமதியில்லாமலும், தலையீடின்றியும் ஒரு நிலத்தில் பத்தாண்டுகள் பயிரிட்டுவந்தார். தான் ஒழுங்காக வரிசெலுத்துபவன் என்பதைக் காட்ட அரசாங்க வருமான ரசீதுகள் வைத்திருந்தார். இன்னும் பாதுகாப்பாக இருப்பதற்குப் 'பட்டா'வுக்காக மனு கொடுத்து சிபாரிசு செய்யும்படி கர்ணத்திடம் கேட்டார். ஆனால் கர்ணம் விழித்துக்கொண்டு விட்டார்.

இன்னும் இரண்டாண்டுகள் உழைக்கும்படி அவரிடம் கர்ணம் கூறினார். மேற்கொண்டு ஆறு ஆண்டுகள் கழித்தபின் அந்த ஆதிதிராவிடர் 'பட்டா' கொடுக்கும்படி கோரி இரண்டாவது மனு ஒன்றை அதிகாரிகளுக்கு நேராக அனுப்பி வைக்கிறார். இதில் அவரை எதிர்ப்பவர் ஒரு மிராசுதாரர். அந்த ஆதிதிராவிடத் தோழனுக்குத் தெரியாமல், அந்த நிலம் இடைக்காலத்தில் அந்நிலக்கிழாருக்குப் 'பட்டா' செய்யப்பட்டுவிட்டது.

இவ்வாறு வழக்கு என்னும் சுழற்காற்றில் அந்த ஆதிதிராவிடர் அகப்பட்டுத் தவிக்கும் நேரத்தில், கம்பு விளைந்திருந்த அவரது விளைநிலத்தில் வேண்டுமென்றே மந்தை மாடுகளை ஓட்டி மேயவிட்டு, சில மணி நேரத்தில் ஒன்றும் இல்லாமல் அழிக்கப்பட்டது. களைப்பு மிகுந்த உழைப்புக்குப் பிறகு அந்த ஆதிதிராவிடக் குடிமகன் இந்தத்

திறந்த உலகில் தன்னைப் பாதுகாத்துக்கொள்ள எந்தவித வழியுமில்லாமல் எறிப்படுகிறார். இதுதான் கொடுமைகளின் இரும்புப்பிடி!

சுவாமி சகஜாநந்தர் என்னும் ஆதிதிராவிடத் திருத்தொண்டர், உயர்ந்த பண்புமிக்கச் சாது; சிதம்பரத்தில் அவரது நந்தனார் இலவசப் பள்ளிக்காக அரசாங்கத் தரிசு நிலம் வேண்டி மனு செய்துகொண்டார். நிலத்தை உரிமையாக்கித் தர வேண்டி அனுப்பப்பட்ட விண்ணப்பம், அரசாங்க கீழ்த்தர 'ரெவன்யூ' அதிகாரிக்கு அனுப்பப்பட்டது. சாதி வெறிப்பிடித்த அந்த அதிகாரி 'பட்டா' வழங்குவதற்கு மறுத்துவிட்டார். பிறகு, சுவாமி சகஜாநந்தர் பெரிய அதிகாரியான மாவட்டக் கலெக்டரைச் சந்தித்து, மனுவை முடிவாகத் தள்ளிவிடுவதற்கு முன் ஒருமுறை நேராக வந்து நிலத்தை மேற்பார்வையிடும்படி வேண்டிக் கேட்டுக்கொண்டார்.

இரக்கக் குணமுடைய அந்தப் பிரிட்டிஷ் மாவட்ட அதிகாரி (கலெக்டர்) அவ்விடத்திற்குச் சென்று நிலத்தைப் பார்வையிட்டார்; சுவாமி பேரில் நிலத்தை உரிமையாக்கினார். அதோடு எடுக்க வேண்டிய நடவடிக்கைகள் பற்றிக் கீழ்க்காணும் வாசகத்தை அவர் எழுதினார். தாழ்த்தப்பட்ட வகுப்பினரின் நன்மைக் கருதி ஆங்கில அதிகாரிகள் எடுக்கும் முயற்சிகளுக்கு எப்படிச் சாதி இந்து கீழ்த்தர அதிகாரிகள் தடையாக இருக்கிறார்கள் என்பதை அவர் எழுதியவற்றிலிருந்து தெளிவாகத் தெரிந்துகொள்ளலாம்.

டி.எஸ்.எண்: 2395-20-A4

தென்னாற்காடு மாவட்ட ஆட்சி அதிகாரி அவர்களின் நடவடிக்கைகள்

தேதி : 03-09-1920

ஆர்.எப்.பி.எல். குப்பி ஐ.சி.எஸ்.

வாசி: சிதம்பரம் ரெவன்யூ வட்ட அதிகாரி அவர்களின் எண். 112- எஸ்.சியின் 1920-ஆம் தேதி 2.8.1920 எண்ணிட்ட அறிக்கையோடு முடிவடையும் கடிதப் போக்குவரவு.

உத்தரவு

உரிமை மாற்றம் -நிலம் சிதம்பரம் - வட்டம் - கள்ளிப்பாடி கிராமம் - சகஜாநந்தம் - மேற்பார்வையாளர் - நந்தனார் பள்ளிக்கூடம் - சிதம்பரம்

மேற்பார்வை இடுவதற்குமுன் அவை எனக்குக் காட்டப்படவில்லை.

வடபகுதி எல்லாப் பகுதிகளையும்விட மிக உயர்ந்த பகுதி. எனவே நீர்த்தேக்கி வைக்க உபயோகப்படாது. இடையிலிருப்பது தாழ்வான நிலப்பகுதி, குணமங்களம் ஏரியின் மிகுதிப்படி நீர்வடிகாலாக அது வேண்டப்படுகிறது.

நிலக்கிழார் வி.வேலாயுதம் பிள்ளைதான் இந்த உரிமை மாற்றத்திற்கு முக்கிய எதிரி; நான் நிலத்தைப் பார்வையிட்டேன் என்று தெரிந்தவுடன், வடபகுதி நீர்த்தேக்கத்திற்கு வேண்டியிருக்கிறது என்ற வார்த்தையைக் கைவிட்டார். ஆனால், கிராமத்திற்கு வேண்டிய இடம் என்று தற்போது கூறுகிறார். இந்த ஆட்களின் வாதங்கள் பொருத்தமில்லாமல் இருப்பதால், அவை மதிக்கத் தக்கவையாக இல்லை.

(ஒப்பம் ஆர்.எப்.பி.எல்.குப்பி
மாவட்ட ஆட்சி அதிகாரி

மேற்படி நிலத்தைப் பார்வையிட முடிவுசெய்து பார்க்கவும் செய்தேன். கடிதக் கட்டில் இருக்கும் எல்லா அறிக்கைகளும் தவறாகக் கருதச் செய்வனவாக உள்ளன. சரியான அறிக்கைகள் மற்றொரு காகிதக் கட்டில் உள்ளது. மேற்பார்வை இடுவதற்குமுன் அவை எனக்குக் காட்டப்படவில்லை. வடபகுதி எல்லா பகுதிகளையும் விட மிகஉயர்ந்த பகுதி எனவே நீர்த்தேக்கிவைக்க உபயோகப்படாது இடையிலிருப்பது தாழ்வான நிலப்பகுதி குணமங்கலத்தில் மதம் மாறிய தாழ்த்தப்பட்டோர் சாதி இந்துக்களால் மதிப்போடும் மரியாதையோடும் நடத்தப்படுவது உண்மையில்லையா? ராமன் அல்லது ராமசாமி 'மிஸ்டர் ராம்ஸே' ஆக மாறிவிட்டால் சாதி இந்துக்களால் மதிக்கப்படுகிறான். ஆயிரமாயிரம் தாழ்த்தப்பட்ட மக்கள் கிறிஸ்தவர்களாக மதம்மாறிக்கொண்டு வருகிறார்கள். இதற்கெல்லாம் காரணம் சாதிப்பெருமை கொண்ட இந்துக்கள் தாழ்த்தப்பட்ட இந்துக்களைக் கீழ்த்தரமாக, மனிதாபிமானம் இல்லாமல் நடத்துவதுதான்.

❍ ❍ ❍

3.கிறிஸ்தவரும் கிறிஸ்துவும்

மதபோதனை செய்வதால் நல்ல சமாரியனாக விளங்கும் ஐரோப்பிய கிறிஸ்தவப் பாதிரியார், சில நேரங்களில் தூற்றப்படுகிறார். பாதிரியாரிடம் மதபோதனை பெறுவதால் ஆதிதிராவிட மக்கள் மற்றவர்களால்

மட்டமாக நினைக்கப்படுகிறார்கள். ஆனால் தேசாபிமானங்கொண்டவர் என அழைக்கப்படும் சாதி இந்து, இவர்களுக்காக- தன்னுடைய நாட்டு மக்களுக்காக, ஒழுக்கத்தையும் மதத்தையும் போதிக்கும் வகையில் என்ன செய்கிறார்? கிறிஸ்துவப் பாதிரியாரோ பொதுவாக யாவருக்கும், குறிப்பாக ஒதுக்கப்பட்ட மக்களுக்கு, தன்னுடைய வீட்டுக் கதவுகளைப் பரக்கத் திறந்துவிடுகிறார். "வருத்தப்பட்டு பாரம் சுமக்கிறவர்களே! நீங்கள் என்னிடத்தில் வாருங்கள்; நான் உங்களுக்கு இளைப்பாறுதல் தருகிறேன்" என்று இயேசு சொன்ன உபதேசங்களுக்கு ஏற்ப நடந்துகொள்கிறார், "உங்களுக்குள் தாழ்த்தப்பட்டவன் எவனோ அவன் உயர்த்தப்படுவான்"* என்றார் இயேசு.

-(மூல நூலில் இப்பகுதி பூர்த்தி செய்யப்படவில்லை)

❍ ❍ ❍

கடந்த காலமும் நிகழ்காலமும்

ஆதிதிராவிடர்களின் அன்றைய பெருமைகளைச் சொல்ல வேண்டுவதில்லை. ஆனால், அவர்களுடைய பழைய மாண்புகளை அவர்கள் நினைவில் கொண்டுள்ளார்கள் எனக் கூறத்தான் வேண்டும்.

* * Bible

** இன்றைய ஆதிதிராவிடர்களின் முன்னோடிகளால் நடத்தப்பட்ட தமிழ்ப் பத்திரிகைகளில் இதற்கான பல அரிய சான்றுகள் காணப்படுகின்றன.

தமிழகத்தில் தோன்றிய மனித இனமே உலகம் முழுவதும் பரவிற்று என்றது *சூரியோதயம்* (1869). மலைவாழ் மக்கள் நிலையிலிருந்து நாகரிக வளர்ச்சி பெற்றவரே இன்றைய ஐந்தாம் வருணத்தவர் என்றது *பஞ்சமன்* (1871) இன்றைய தாழ்த்தப்பட்ட மக்கள் இன வழியினரே அன்றைய பாண்டியகுலத்தினர் என்றது *திராவிட மித்திரன்* (1885) இலக்கிய மறுமலர்ச்சிக்கு வழிகோலியவர் எனக் கூறுயது *மகா விகடத் தூதன்* (1888). திருப்பறையர் பெரும் சமாதியின் கலைக்கோயில்தான் தஞ்சை, திருவாரூர், சிதம்பரம் போன்ற கலைக்கூடங்கள் என்றது *பறையன்* (1893). நல்லறமும் அருள் நெறியும் தந்தவன் என்று முரசொலித்தது *இல்லற ஒழுக்கம்* (1898). நீதி நூல்களையும் நிலையான வாழ்க்கையையும் ஈய்ந்தோன் என்றியம்பியது *பூலோக வியாசன்* (1900). தமிழுக்கு முதலோன், தண்டமிழ் மூலத்துக்கு உரியோன், தூயத் தமிழ்ப் பேசி மறையோதிய பூர்வக் குடிமகன் இன்றைய ஆதிதிராவிடன் எனச் சாற்றினான் *தமிழன்* (சென்னை, 1907). சான்றோர் பிறந்த பெருமைசார் இனம் என்றது *ஆன்றோர் மித்திரன்* (1910). தமிழைக் கண்டவுடனே தருமத்தைப் படைத்தவன் என்று பறைசாற்றியது *தமிழன்* (கோலார், 1926). பாராண்டோன் என்றது *ஆதிராவிட மித்திரன்* (1939). மெத்தென வாழ்ந்ததைக் கூறிற்று *புத்துயிர்* (1940). ஆதியிலிருந்தே சமய, சமுதாய, அரசியல் அத்தனையிலும் ஏற்றங் கண்டார் யாம் என்றது *ஜெய்பீம்* (ஆங்கிலம் 1940).

இந்நாட்டில் ஆதிகாலத்தில் இருந்த முதல் மனிதன் இவர்கள்தான் என்று கூறிக்கொள்வதில் இவர்கள் பெருமகிழ்ச்சி அடைகிறார்கள்.**

தென்னிந்தியாவின் மிகப்பழைய நாகரிகம் ஆதிதிராவிடர்களுடையதுதான். அவர்கள் ஒருகாலத்தில் அதிக வல்லமை வாய்ந்த பெரிய வகுப்பினர்களாக விளங்கினார்கள்.

சரித்திரத்தில் குறிப்பிடத்தக்கக் காரியங்களைச் சாதித்தார்கள். அவர்களால்தான் நாகரிகம் பெருகி வளர்ந்தது. அவர்களுடைய ஜனநாயக அரசாங்கத்தில் போற்றுதற்குரிய பெரும்மதப் பெரியார்களும், வானசாஸ்திர நிபுணர்களும், சோதிடம் கணிப்பவர்களும் சிறந்து விளங்கினார்கள். அவர்கள்தம் நுண்கலைகளும், சமயமும், சன்மார்க்கமும் போற்றுதற்குரியன.

ஆரியர்கள் தென்னிந்தியாவிற்கு வருவதற்கு வெகுகாலத்திற்கு முன்பாகவே, நல்ல அரசியல், சமுதாய அமைப்புகள் ஆதி திராவிடர்களிடையே நிலவி வந்தன. இவர்கள் மேல், ஆரியர்கள் தங்களுடைய நாகரிகத்தைச் சுமத்தத் தொடங்கினார்கள்.

இப்போதுங்கூட, வெளிநாட்டு பாதிரியார் ஒருவர் நம்மிடையே வந்து சமயப் போதக விளக்கத்தைத் துவக்கினால், படித்த, சுதந்திரமான, நல்ல சூழ்நிலையில் உள்ள எவரும் அப்பாதிரியாரை நெருங்கமாட்டார்கள் ஆனால், அவருடைய பிரச்சாரத்திற்கு எதிர்ப்பு தெரிவித்து, அவரை “மிலேச்சர்'' என்றும் அழைக்க ஆரம்பிப்பார்கள். மாறாக நல்ல பொருளாதார நிலையில் இல்லாதவர்களும், இந்து தருமத்தை நன்றாக உணர்ந்திராதவர்களும் பாதிரியாரை அணுகி, அவருடைய போதனையைக் கேட்டு அவருக்குச்சீடர்களாக ஆகிவிடுவார்கள். அதேபோல ஆரிய மதப்பிரசாரகர்கள் தென்னிந்தியாவுக்கு வந்தபோதும், சில ஆதிதிராவிடர்கள் அவர்கள் பின்னாலே சென்று அவர்களுடைய மதத்தையும், மந்திரங்களையும் தந்திரங்களையும் கேட்டு அறிந்துகொண்டார்கள். மற்றும் சிலர் ஆரிய மதப் பிரச்சாரத்தை எதிர்த்தார்கள்.*

மதப்போதகர்களாக வந்த ஆரியர்கள், தங்களுடைய ஆத்ம ஞானத்தையும், மேதாவிக் கூற்றையும் ஒப்புக்கொண்டவர்கள் யாராயிருந்தாலும் அவர்களைத் தங்களோடு சேர்த்துக்கொண்டார்கள். ஆரியர்களை எதிர்க்காமல் அவர்களின் போதனைகளுக்குக் கட்டுப்பட்ட

இன்றைய திராவிடர்கள், அன்று ஆரியர்களின் அமைப்புக்குள் ஏற்றுக்கொள்ளப்பட்டு, சாதி இந்துக்களாக மாற்றப்பட்டார்கள்.

இப்போதுள்ள ஆதிதிராவிடர்கள், அப்போது ஆரியர்களைத் தனித்து நின்று எதிர்த்த காரணத்தால், சமுதாயத்தில் கீழ்மட்டத்தில் உழல வேண்டியவர்கள் ஆனார்கள். ஆரியர்களோ எல்லாம் வல்லவர்களானார்கள்.

ஆரியர்கள் தங்கள் தந்திரத்தினால் படிப்படியாக நிலபிரபுக் களானார்கள். *ஆதிதிராவிடர்கள் சமூகத்திலே கீழ்மட்டத்திற்கு தள்ளப்பட்டு, அடிமைகளாகவும் எடுபிடி ஏவலர்களாகவும் ஆக்கப்பட்டார்கள். ஆரியர்கள் இந்தியாவுக்குக் குடிபெயர்ந்து வந்தபோது** அவர்கள் இனத்திலே பெண்கள் குறைவாக இருந்தார்கள்; பெண்களே இல்லையென்றுகூட சொல்லலாம். அப்படி வந்த ஆரியர்கள், இந்தியாவில் இருந்த பூர்வக் குடிகளின் பெண்களையே மனைவிகளாக ஆக்கிக்கொள்ளும் நிலைமைக்கு உள்ளானார்கள்.***

ஒவ்வொரு கலப்புப் பிரிவிலும் போதுமான அளவு மனைவியாகத் தகுந்த பெண்கள் தோன்றிவிட்ட பிறகு, மாற்று இனத்திலிருந்து பெண்கள் எடுக்கும் பழக்கம் கைவிடப்பட்டது. அப்போது ஆதிதிராவிடர்கள் சமாதான காலங்களில் நெசவுத்தொழில், உழவுத் தொழில் செய்யும் வேளாளர்களாகவும் போர்க் காலங்களில் ஆயுதம் தாங்கிய போர் வீரர்களாகவும் திகழ்ந்தனர்.

* சிந்து நதிக்கரையில் பெற்றஆதிக்கம் மெல்ல மெல்ல கங்கை நதிக்கரையில் பரவிற்று. அப்போது ஒருசிலர் புதிய நாகரிகத்தை ஏற்காமல் எதிர்க்கத் தொடங்கினர். அவ்வாறு எதிர்க்கத் தொடங்கியவர்கள் தான் கலப்பற்ற திராவிடராக இருக்கவிரும்பினர்.அவர்கள் கலப்புற்று திராவிடரின் பகைக்கும், புறக்கணிப்புக்கும் ஆளாயினர். பெரும்பான்மையானமக்கள் புதுமையை வரவேற்க, சிறுபான்மையோர் அதை எதிர்க்கும் நிலை ஏற்பட்டது. பெரும்பாலோர் வெற்றிபெற சிறுபான்மையோர் அடிமைகள் என்றும், தீண்டத்தகாதவர் என்றும் ஒதுக்கப்பட்டனர். ஊரின் புறத்தே வாழும் நிலைமை அவர்களுக்கு ஏற்பட்டது.

மு.வரதராசனார்
'மொழி வரலாறு', பக்.381-83

அவ்வயலகக் கொள்கை தேசத்தில் ஒரு பகுதியை உயர்த்தி ஒரு பகுதியைத் தாழ்த்திற்று. மக்களிடையே ஒருசிலரை உயர்த்தி, வேறு பலரைத் தாழ்த்திற்று. அத்துடன் எங்கும் உயர்சாதிக்கு மேலுரிமையும் பெரும்பாலான பிற மக்களுக்கு அடிமை நிலையும் நாடிற்று. சேரிவாணரை அது தீண்டாதவரென்றும் ஒதுக்கிற்று.

கா.அப்பாதுரை
'சரித்திரம் பேசுகிறது', பக்.-108

ஸ்டீல்* என்பவர் 'பழங்காலத்தில் இந்தியா' என்ற தம்முடைய நூலில் கீழ்க்கண்டவாறு எழுதுகிறார்,

"அன்று இந்தியாவுக்கு வந்த ஆரியர்கள் கண்டதென்ன? இந்தியாவில் அப்போது நல்ல நாகரிகம் வாய்ந்த மக்கள் வாழ்ந்தார்கள். நகரங்களை அமைத்து ஒழுங்கான படைவீரர்களை வைத்திருந்தார்கள். போர்க் கவசங்களும் யுத்தத் தளவாடங்களும் அவர்களிடம் இருந்தன. பெண்கள் அணியும் அணிகலன்கள் பொன்னாலானவை. அவர்கள் நஞ்சு தோய்த்த அம்புகளைப் போர்க் காலத்தில் பயன்படுத்தினார்கள். அந்த அம்புகளின் முனைகள் இரும்பால் செய்யப்பட்டவை. இந்த மக்கள்தான் ஆதிதிராவிடர்கள். ஆரியர்கள் வெள்ளைத் தோலுடையவர்கள் என்றால், இம்மக்கள் பழுப்பு நிறமுள்ளவர்கள். இவர்கள் கடவுளுக்குப் பலிகள் செலுத்துவதில்லை. இவர்களின் ஆண்டவன் வழிபாடு ஆரியரின் தெய்வப் பூசைக்கு மாறுபட்டது. 'செல்வாக்குள்ள காட்டுமிராண்டிகள்' என்றும், 'பலிகளை வெல்லுபவர்கள்', 'பொன்னாலும் மணிகளாலும் அலங்கரித்துக் கொள்பவர்கள்' என்றும் இவர்களை ஆரியர்கள் வர்ணிப்பதுண்டு.

ஆதிதிராவிடர்களிடமிருந்து அடிமை வேலைகளை ஆரியர்கள் வாங்கிக் கொண்டார்கள். மதம் சம்பந்தமான காரியங்களில் ஈடுபடக் கூடாது என்று தடுத்துவிட்டார்கள். போர்க்கருவிகளைப் பயன்படுத்தக் கூடாது என்றும் அவர்களைக் கட்டுப்படுத்திவிட்டார்கள். பல நூற்றாண்டுகளாக அடிமைத்தனத்தில் தாழ்த்தப்பட்டுக் கிடந்தாலும் ஒருவித எழுச்சியும் கிளர்ச்சியும் அவர்களிடம் இன்னமும் இருந்துகொண்டுதான் இருக்கிறது.

ஆதிதிராவிடர்கள் இம்மண்ணின் ஆதிகாலத்து மக்கள். அவர்கள் மிகப்பெரிய நாகரிகம் உடையவர்கள். அவர்களின் நாகரிகம் முந்தைய

***தமிழ் மன்னர்களுடைய அன்பைப் பெற்றுவிட்ட ஆரியர்கள் மன்னர்களின் நன்மைக்காக யாகம், வேள்வி நடத்துவதன் மூலமாகப் பல ஆயிரம் வேலி நிலங்களைச் சதுர்வேதி மங்கலம் என்ற பெயரில் பெற்றனர். இலட்சக்கணக்கான பசுக்களையும் நூற்றுக்கணக்கான பொன்னால் செய்த பசு உருவங்களையும் பெற்று கோயில்களையும் தங்கள் ஆதிக்கத்தில் கொண்டு சமய, சமுதாய, பொருளாதாரங்களில் உயர்ந்தனர்.

**ஆரியர் இந்தியாவுக்கு வந்தது சற்றேறக்குறைய கி.மு. 3000 என்பார் வின்செண்ட் ஸ்மித்.

***ஆரியர்கள் பூர்வ தமிழ்ப் பெண்களை மணந்ததால்தான் பெண்களுக்கு உரிமை வழங்க மறுத்தல், கன்னிகாதானம் முறை, சொத்துரிமையின்மை போன்ற கொள்கைகளைக் கொண்டிருந்தனர் என்பார் சூரியோதயனின் ஆசிரியர்.

^Steel F.A. - India through Ages Quoted by M.C.Raja.

பாபிலோன்வரை பரவியிருந்தது. அவர்கள் பெரிய வணிகர்களாகவும் விளங்கினார்கள். வாணிப நிமித்தமாக மிகப்பெரிய கப்பல்களை உலகெங்கிலும் அனுப்பி வைத்தார்கள். வாணிபம் பெருகி வளர்ந்தது.

வடக்கிலிருந்து வந்த ஆரியருக்கு அடிபணிய மறுத்த காரணத்தால் ஆதிதிராவிடர்களின் உயர்ந்த நாகரிகம் நலிவடையத் தொடங்கியது. பழைய திராவிடர்களிடம் சாதிமுறைகள் கிடையாது. ஆரியர்கள் முதலில் வரும்போது அவர்களுக்குள்ளே ஒருவித 'சாதி' அமைப்பு இருந்தது. அவர்களுக்குள்ளே பிராமணர், க்ஷத்திரியர், வைசியர் என்ற பிரிவினர் இருந்தனர். ஆரியர் மேம்பட்டவர் என்று ஒப்புக்கொண்டு அவர்கள் சொற்படி கேட்கத் தொடங்கிய ஆதிதிராவிடர்களில் சிலரை ஆரியர்கள் தங்களோடு சேர்த்துக்கொண்டு அவர்களுக்கென்று நான்காவதாக ஒரு பிரிவை ஏற்படுத்தினார்கள். அப்படிப்பட்ட ஆதிதிராவிடர்கள்தாம் இன்றைய தினம் திராவிடர்கள் என அழைக்கப்படுகிறார்கள். இந்த நான்காவது பிரிவினர் 'சூத்திரர்கள்' என்று பெயர் சூட்டப்பட்டார்கள்.

ஆரியர்களைப் பலமாக எதிர்த்து நின்று அவர்களின் அதிகாரத்திற்குப் பணிய மறுத்த ஆதிதிராவிடர்களைக் கீழ்சாதி மக்கள் என்று ஒதுக்கித் தள்ளினர். ஆப்பிரிக்கா போன்ற வெப்ப நாடுகளைச் சேர்ந்த நீக்ரோ மக்களை வெள்ளையர்கள் மட்டமாக நினைத்து ஒதுக்குவது போல ஆரியர்கள் ஆதிதிராவிடர்களை ஒதுக்கினர்.*

வெளிநாட்டு ஆரியர்களின் சட்டத் திட்டங்களுக்கும், பழக்க வழக்கங்களுக்கும் உட்படாது தனித்து நின்ற ஆதிதிராவிடர்கள், சமுதாயத்தில் கீழ்மட்டத்துக்குத் தள்ளப்பட்டதுமல்லாமல் தீண்டத்தகாதவர்கள் என்றும், நெருங்கப்படத் தகாதவர்கள் என்றும் தூற்றப்பட்டனர். வெறுக்கத்தகுந்த இந்தச் சாதிமுறை ஆதிதிராவிடருக்குச் சமூகத் துறையிலும் பொருளாதாரத் துறையிலும் பல கேடுகளை விளைவிக்கலாயிற்று. ஆனால், சாதி இந்துக்கள் ஆரியரின் உதவி இல்லாமல் வாழ்க்கை நடத்த முடியாது. ஏனென்றால், ஆதிதிராவிடத் தொழிலாளர்களின் உழைப்பை உண்டுதான் அவர்களால் மகிழ்ச்சியாக இருக்க முடியும். மேட்டுக்குடி இந்துக்கள் வாழ ஒதுக்கப்பட்ட ஆதிதிராவிடர் இரத்தத்தை வியர்வையாகச் சிந்தினர். அவர்கள் உழைப்புக்கு ஊதியம் கால் வயிற்றுக் கஞ்சியே ஆகும்.

** "Ambedkar,Dr.B.R. Who were the Shudres?.How they came to be the Fouth Varna in the

Indo-Aryan Society P.145-6.

சாதி அமைப்புப் பற்றி வரலாற்றுக் கண்ணோட்டத்தில் இங்கு நோக்குவோம். நான்கு சாதிகள் படிப்படியாக நாளாவட்டத்தில் பற்பல துணைச் சாதிகளாக உருவெடுத்தன. சாண்டிரா கோட்டீஸ் காலத்தில் ஏழு இந்து சாதிகள்தான் இருந்தன என்று கிரேக்கத் தூதுவர் மெகஸ்தனீஸ் குறிப்பிடுகிறார். அவையாவன:

1. தத்துவ மேதைகள்
2. விவசாயிகள்
3. இடையர் - வேட்டையாடுவோர்
4. தொழிலாளர் - வணிகர், தட்டுமுட்டுச் சாமான்கள் விற்பனையாளர்
5. போரிடுவோர்
6. மேற்பார்வையாளர்கள்
7. வரி கணக்காளர்கள், அரசருக்கு ஆலோசனைக் கூறுவோர்

அன்று அடிமைத்தனம் இல்லை. முதலில் இருந்த நான்கு சாதிகள் அல்லது அதற்குப் பிறகு தோன்றிய ஏழு சாதிகளுக்குப் பதிலாக** இப்போது 2,400 பெரிய சாதிகளும் பிரிவுகளும் தோன்றியிருக்கின்றன. தென்னிந்தியாவில் ஐம்பது வகை இனங்களும் தேசியங்களும் வளர்ந்திருப்பதைக் காணலாம். இந்தியாவில் சாதியானது சக்திவாய்ந்த ஒரு இயக்கமாக விளங்குகிறது. தொட்டிலிலிருந்து சுடுகாடுவரை எங்கும் எப்போதும் ராட்சதத் தன்மைபெற்ற சாதி விளையாடாத இடமோ, நேரமோ இல்லை. மனிதனை மனிதன் வெறுக்கும் நிலை சாதியினால் உண்டாகிறது. இந்துக்களின் ஒவ்வொரு அசைவும் சாதியால் கண்காணிக்கப்படுகிறது. அது மக்களின் உடலைப் பலவீனப்படுத்துவதல்லாமல், தேசத்தில் ஏழ்மை நிலையை உண்டாக்குகிறது; வேற்றுமைக்கும் வெறுப்புக்கும் வித்தாக அமைகிறது. மக்களினத்தைக் கொடுமை நிறைந்த மிருகங்களாக மாற்றுகிறது.

அல்லல்படும் ஒருவனைப் பார்த்து மற்றொருவன் மனம் இரங்காவண்ணம் அவனுடைய இதயத்தைக் கல்லாக்கிவிடுகிறது. இந்த வகையில், ஒரு சிலர் மட்டும் பெருமையோடும், திமிரோடும், இறுமாப்போடும் உலவிவர முடிகிறது.

தமிழ் மாவட்டங்களில் பறையர், பள்ளர், வள்ளுவர் என்றும், கிழக்குக் கரையிலுள்ள தெலுங்கு மாவட்டங்களில் மாலா, மாதிகா என்றும்,

மேற்குக் கரையில் செருமார், ஹோலியர் என்றும் கீழ்ச்சாதி மக்களென்றும் அழைக்கப்படுகின்றனர். தீண்டத்தகாத எல்லா வகுப்பினரையும் 'பறையர்' எனப் பொதுவாக அழைப்பது மரபு. 'பறையர்' என்ற வார்த்தை முதன் முதலாக கி.பி.இரண்டாம் நூற்றாண்டில் வாழ்ந்த மாங்குடி கிழார்* என்ற புலவரால் கையாளப்பட்டிருக்கிறது.

பழங்கால கல்வெட்டுகளிலோ** பண்டையத் தமிழ் இலக்கியங் களிலோஇந்த வார்த்தைகாணப்படவில்லை. மேளத்தைக் குறிக்கும் 'பற' அல்லது 'பறை' என்ற வார்த்தையிலிருந்து விரிந்துபட்டதே 'பறையர்' என்ற சொல். மேளம் அல்லது பறை என்ற வாத்தியத்தைப் பயன்படுத்திய காரணத்தால் அவர்கள் பறையர்கள் போலும்!

பறை என்ற வார்த்தை*** மேளத்தை குறிக்கும் சொல்லாகத் தமிழ், மலையாள மொழிகளைத் தவிர்த்து வேறெந்த திராவிட மொழிகளிலும் காணப்படவில்லை. பறையர் என்போர் மேளம் கொட்டுபவர் என்றால், இந்தியாவில் மேளம் கொட்டுபவர் எல்லோரும் பறையர் என்ற வார்த்தையால் அழைக்கப்பட வேண்டுமன்றோ? ஆனால்... இத்தொழில் புரிவோர் கன்னட நாட்டில் ஹோலியர் என்றும் தெலுங்கு தேசத்தில் மாலவாடு என்றும் அல்லவா அழைக்கப்படுகிறார்கள்!

இப்போதெல்லாம் பறையர் என்று சொல்லப்படுவோர் பறையடிப்ப தில்லை. திருவிழாக்களிலும் திருமணங்களிலும் தவில், மேளம் முதலியவற்றை வாசிப்பவர்களை அம்பட்டர்கள் என அழைக்கிறார்கள். இவர்கள் நாவிதர் இனத்தைச் சேர்ந்தவர்கள். இந்நாவிதர்கள் சூத்திர வகுப்பைச் சார்ந்தவர்கள். பறையர்கள் உண்மையிலேயே நிலச்சுவான்தார்கள். நாளா வட்டத்தில் அவர்களிடமிருந்து நிலங்கள் பிடுங்கப்பட்டு^ ஆரியரிடம் சேர்ப்பிக்கப்பட்டன. இவ்வாறாக, நிலத்திற்கு உரிமையானவர்கள் காலப் போக்கில் அந்நிலத்தில் வேலை செய்யும் கூலிகளாக மாற்றப்பட்டார்கள்.

ஆந்திர நாட்டில் தாழ்த்தப்பட்டோர் 'மல்லர்' (மாலா) என அழைக்கப் படுகின்றனர். மகாபாரதம் போன்ற புராண நூல்களில் 'மாலா' என்ற வார்த்தை தனியான தேசியத்தைக் குறிப்பதாக இருக்கிறது. வடநாட்டில் உள்ள தாழ்த்தப்பட்டோருக்கு 'மாரர்' அல்லது 'மஹர்' என்பது பெயர். மாலா எனப்படுவோர்தாம் மஹர் எனப்படுவோர்.

*** kanagasabhai.V- 'The Tamils Eighteen Hundred Years Ago'*

***Tarachand - 'Histroy of the Freedom Movement in India', P-90*

வட இந்தியா 'மல்லராஷ்டிரா' என்றும் 'மல்லபூமி' என்றும் மஹாபாரதத்திலும் இராமாயணத்திலும் குறிக்கப்படுகிறது. மல்லராஷ்டிரா என்பதும் மஹாராஷ்டிரா என்பதும் ஒரே பொருள் தொனிப்பவை.

மல்லராஷ்டிரா என்ற வார்த்தை மறந்துபட்டாலும், மல்லர்கள் வாழ்ந்தது மல்லராஷ்டிரா என்பதும் மஹர்கள் வாழ்ந்தது மஹாராட்டிரா என்பதும் புலனாகிறது. இதிலிருந்து இம்மக்கள் ஒருகாலத்தில் இந்நாட்டின் உரிமையாளர்களாக இருந்தார்கள் என்ற உண்மை தெளிவாகிறது.

மலை ஏறுவோர்க்கு 'பஹாரியர்'* எனப் பெயர் உண்டு. இப்பெயரே பிறகு பறையர் என்று மருவியிருக்கலாம். ஆரியர் இந்நாட்டில் அடியெடுத்து வைத்தபோது, இந்த மக்கள் பெரும்பாலும் மலைகளிலும் குன்றுகளிலும் வாழ்ந்து வந்தார்கள். தங்களுடைய சுதந்திரத்தையும் உரிமையையும் பாதுகாத்துக்கொள்ள இம்மக்கள் ஆரியரைப் பலங்கொண்ட மட்டும் எதிர்த்துத் தாக்கினார்கள். பறையன் என்ற சொல்லைத் தமிழில் பார் + இயன் என்று பிரித்தெழுதலாம். 'பார்' என்பது பூமி அல்லது நிலமாகும். 'இயன்' என்றால் உரிமைக்காரன் அல்லது சொந்தக்காரன் என்பது பொருள். ஆக, இந்திய நாட்டுச் சொந்தக்காரன் பறையன் என்றழைக்கப்படும் இந்தப் 'பாரியன்'தான் என்பது தெரியவருகிறது.

ஆதிதிராவிடர்கள் இந்நாட்டை ஆண்டவர்கள். சமாதான காலங்களில் விவசாயிகளாகவும் நெசவாளிகளாகவும் விளங்கினார்கள். போர்க் காலங்களில் போர்வீரர்களாகவும் திகழ்ந்தார்கள். உழவு, நெசவு என்ற

----

*புறநானூறு- 336 - துடியர் பாணர் பறையர் கடம்பர் இந்நான்கு மல்லது குடியுமில்லை.

** தஞ்சை (பெருவுடையார்) பெரிய கோவிலில் 'திருப்பறையர்' என்ற கல்வெட்டு காணப்படுகிறது. இது ராஜராஜ சோழனின் கல்வெட்டாகும். கலப்புற்ற (தமிழ் - கன்னட) மன்னனான இவன் காலத்தில்தான் இன்றைய தாழ்த்தப்பட்டோர்களின் நல்வாழ்வு சரியத் தொடங்கியது என்பது வரலாற்று உண்மையாகும்.

***பறையர் என்ற வார்த்தை எண்ணூறு ஆண்டுகளுக்கு முன்பு உள்ள வரலாற்றில் காணப்படவில்லை என்று எழுதுகிறார் சீனிவாச ஐயங்கார்.

பார்க்க : *P.T.Srinivasa Iyyangar - 'Tamil studies' P.78*

^ தாழ்த்தப்பட்டோர்கள் ஏமாற்றப்பட்டதையும் கொடுமைப்படுத்தப்பட்டதையும் அரசாங்க அறிக்கைகளில் காணலாம்.

பார்க்க : *The Abstracts of proceedings of the Board of Revenue of the Government of Madras, Dated 5 th Nov.1892,No. 723.*

இரண்டு பிரிவுகளையும் இதில் காணலாம். வள்ளுவர் என்போர் ஒரு பிரிவைச் சேர்ந்தவர்கள்.

இவர்களில் மதப் போதகர்கள் உண்டு. அரசரின் பிரகடனங்களை, முகப்படாம் போர்த்த பெரிய யானைகளின் மீதிருந்து பறையறைந்து பொதுமக்களுக்குத் தெரிவிப்பவர்களே வள்ளுவர்கள்.

'கோட்டை', 'கொட்டாரம்', 'சாம்பு', 'வீரபாகு', 'பணிக்கன்', 'கோலியன் - சோழியன்', 'அம்பு'** முதலிய வார்த்தைகள் இவர்கள் பேசும் மொழியில் காணப்படுவதிலிருந்து இவர்கள் பெரும் பாரம்பரியத்தைச் சேர்ந்தவர்கள் என்பது புலனாகிறது. இவர்களில் மதாசிரியர்கள், அரசுத் தூதுவர்கள், தண்டர் நாயகர், சன்மார்க்க நெறிபடைத்தோர், அறிஞர்கள் ஆகியோர் இருந்திருக்கிறார்கள். இவர்களில் பலர் சொந்தக் கோட்டைகள் வைத்திருந்தார்கள். அக்காலகட்டத்தில் மொழி, சமயம், கலை பல்வகைத் தொழில்கள் மற்றும் தமக்கென்று ஒரு அரசியல் முறை கொண்டு செழித்தோங்கிய மக்களாக ஆதிதிராவிடர் விளங்கினர். கி.பி. இரண்டாம் அல்லது மூன்றாம் நூற்றாண்டு வரையிலும் அவர்களுடைய அரசர்கள் ஆட்சிபுரிந்துவந்தார்கள். பேரோடும் புகழோடும் இந்தக் கிழக்கிந்திய மன்னர்கள் வேலூர், ஆம்பூர்* போன்ற பேரூர்களில் அரசோச்சி வந்தார்கள்.

"மற்ற அரச குலங்களைப் போல சாண்டில்ய வம்சமும் ஒன்பதாம் நூற்றாண்டின் தொடக்கத்தில் இந்தியாவில் தோன்ற ஆரம்பித்தது. கி.பி. 831ஆம் ஆண்டு நண்ணுக சாண்டில்யன் பறிஹர் தலைவனை, அதாவது, ஆதிதிராவிடர் மன்னனைப் போரில் தோற்கடித்து ஜேஜாக்கப் பக்தியின் தென்பாகங்களைக் கைப்பற்றிக்கொண்டான். இவ்வாறு வின்சென்ட் ஸ்மித் என்பவர் 'இந்தியாவின் பூர்வீகச் சரித்திரம்'***

* *The illustrated Weekly of India,March 17,1968,P.23*

Paharia history is replete with incidents which make them out to be a bhihari version of the brave Marathas.They remained unaffected by Hindu influence, ...Many writers have described them as a branch of the Dravidians,owing to anthropological similarities.The claim that they have language simiarities with some of the Dravidian People has been Challenged...

**கொட்டாரம்- - தானியங்கள் நிலவாரியகாக வசூலிக்கப்பட்டு சேகரித்து வைக்கப்படும் இடம் / சாம்பு - சிவபெருமான் / வீரபாகு - சிவபெருமானின் சேனைத் தலைவன் / பணிக்கன் - ஆசிரியன் / கோலியன், சோலியன் – நெசவாளர்

* நவசக்தி 25.02.1929, ஆதிதிராவிடர்களில் அரசர்கள், ஓவியக்காரர்கள், காவியக்காரர்கள்,

என்ற தமது நூலில் குறிப்பிடுகிறார். பண்டல் கண்டு என்று தற்போது குறிப்பிடப்படும் பிரதேசமே, அதாவது யமுனை - நர்மதை நதிகளின் இடைப்பட்ட பிரதேசமே அக்காலத்தில் ஜேஜாக்கப் பக்தி என்ற பேரோடு விளங்கியது எனவும் திரு. வின்செண்ட் ஸ்மித் கூறுகிறார்.

சாதி இந்துக்கள் இவர்களை வெகுகாலமாகப் பறையர் என்றே அழைத்துவந்தார்கள். இப்பெயர் எப்படி வந்ததாக இருப்பினும் சாதி இந்துவின் நாவிலிருந்து 'பறையர்' என்ற வார்த்தை வெளிப்பட்டது என்றால், அதில் கீழ்த்தரமான, வெறுக்கத்தக்கப் பொருள்தான் தொனிக்கிறது. தூய்மை, மதிப்புமிக்கது போன்ற வார்த்தைகளின் எதிர்ப்பதங்கள்தாம் இந்நாட்களில் இவ்வார்த்தைக்கு பொருள். தன்மான உணர்ச்சி காரணமாக ஆதிதிராவிட மக்கள் பறையர் என்ற பதத்தை வெறுத்து அதற்கு எதிர்ப்பு தெரிவித்தனர்.

சாதி இந்துக்களில் சிலர், ஐந்தாவது வர்ணத்தைக் குறிக்கும் 'பஞ்சமர்' என்ற பெயரை உபயோகிக்கலாம் என அபிப்பிராயப் பட்டனர். எப்படியாவது தாங்கள் பறையர் என்று அழைக்கப்படாமல் இருந்தால் போதும் என்ற எண்ணத்தில் பஞ்சமர் என்ற பெயரை ஒப்புக்கொண்டார்கள். ஆனால், தன்மான உணர்ச்சி வளர வளர பஞ்சமர் என்ற பெயர் எந்தவித தீய நோக்கோடு சூட்டப்பட்டிருக்கிறது என்பதை இவர்கள் உணர ஆரம்பித்தார்கள். பொதுவாக நான்கு வருணங்களே உள்ள சமுதாயத்தில் பஞ்சமர் அல்லது ஐந்தாவது வருணத்தை அல்லது சாதியை ஏற்படுத்துவது அவர்களைக் கீழ்மக்களாகக் கருத வேண்டும் என்ற காரணத்துக்காகவே.

தென்னிந்தியாவின் முதல் குடிமக்கள் என்ற பொருள் தொனிக்கும் படியாக ஒரு பெயர் தங்களுக்கு இருத்தல் அவசியம் என உணர்ந்த மக்கள், மிகமோசமான சாதி முறைக்கும் தங்களுக்கும் யாதொரு சம்பந்தமும் இல்லை எனக் கண்டார்கள். பூர்வீக மக்கள் என்பது தெளிவாகத் தெரியும்படியான ஒரு பெயர் தங்களுக்கு வேண்டும் என்று விரும்பினார்கள். 'யூரேஷியர்' என்ற சுட்டுப்பெயரை விரும்பாத யூரேஷிய இன மக்கள் தங்களை 'ஆங்கிலோ - இந்தியர்' என அழைத்துக்கொள்ள ஆரம்பித்தார்கள். சூத்திரர் என்று கூறிக்கொள்ள பிடிக்காத பிராமணரல்லாத சாதி இந்துக்கள் தங்களைத் 'திராவிடர்கள்' என்று அழைத்துக்கொண்டார்கள்.

வாணிப்பர்கள் முதலியோர் இருந்தார்கள் என்பதற்குச் சான்றுகளிருக்கின்றன. இந்நாளில் அவர்கள் சிறுமையுற்றிருத்தல் உண்மை.

***Vincent Smith - 'Ancient Indian History'*

முப்பத்திரண்டு ஆண்டுகளுக்கு முன் (1895-இல்) தங்கள் இனத்துக்கு ஒரு பெயர் சூட்டிக்கொள்ள விரும்பிய இம்மக்கள், 'திராவிடர்' என்று பெயர் மாற்றிக்கொண்ட சூத்திரர்களிடமிருந்து தாங்கள் தனிப்பட்டவர்கள் என்பதை விளக்கும் வகையில் ஆதிதிராவிடர்* என்ற பெயரைத் தேர்ந்தெடுத்துக்கொண்டார்கள்.

ஆதிசைவர், ஆதிசங்கராச்சாரியார், ஆதிலட்சுமி, ஆதிபகவன், ஆதிசிவன், ஆதிநாராயணன், ஆதிகேசவன், ஆதிமூலம் போன்ற சொற்களில் உள்ள 'ஆதி' என்ற பதத்திற்குக் கலப்படமற்றது, தூய்மையானது என்று பொருள்.

அக்காலத்தில் அவர்களுக்கிருந்த செல்வாக்குகளையும், உரிமைகளையும் இப்போதும் அவர்களின் நினைவு பொருட்களின் மூலம் காணமுடிகிறது. கிராம அமைப்புகள் வாயிலாகவும் அவர்களின் பெருமைகளை உணர்கிறோம். நிலம் சம்பந்தப்பட்ட வழக்குகளில் அவர்களின் தீர்ப்பே முடிவாக இருந்தது. முடிப்பாக்கவரம் என்ற கிராமத்தில் உள்ள ஒரு கோயிலுக்குச் சொந்தமான நிலத்தைப்பற்றி எழுந்த தகராறில் வேசாலி பறையனும் அவனுடைய ஆலோசகர்களும் கூறிய தீர்ப்பே நியாயமான முடிவு என்று யாவராலும் ஒப்புக்கொள்ளப்பட்டது என கி.பி.11ஆம் நூற்றாண்டு கல்வெட்டு** ஒன்றில் பொறிக்கப்பட்டிருக்கிறது. வடக்கிலும் இதே நிலைதான். ஏனெனில், எந்த ஒரு வழக்கிலும் மஹறின்*** சாட்சியம் கட்டாயம் தேவைப்பட்டது.

"இரண்டு விவசாயிகளின் நிலங்களின் எல்லைகளைப் பற்றி ஏதாவதொரு வழக்கு எழுமாயின் மஹறர்கள்தான் தீர்ப்புக் கூற வேண்டியிருக்கும். இரண்டு கிராமங்களுக்கு நடுவே தகராறு உண்டானாலும் மஹறர்களின் தீர்ப்புகளுக்குத்தான் விடுவார்கள்.

மஹறர்கள்தாம் பொது நலத்துக்கும் சுகாதாரத்துக்கும் எல்லை விஷயங்களுக்கும் பொறுப்பாளிகளாக விளங்குகிறார்கள்" என்று திரு.சிங்களேர் என்ற அறிஞர் கூறுகிறார். கிராமங்களிலுள்ள கீழ்மட்ட வேலைகளில் ஆதிதிராவிடர்கள் இப்போது இருக்கிறார்கள். நிலங்களில் எல்லைத் தகராறு ஏதாவது ஏற்பட்டால், தலையில் ஒரு பானைத் தண்ணீரைச் சுமந்துகொண்டு சரியான எல்லைகளின்மேல் ஆதிதிராவிடன் நடந்துசெல்கிறான். இப்படிப்பட்ட காரியங்களில் அவர்கள் வியக்கத்தக்க வகையில் செயல்புரிகிறார்கள். எல்லைக் கற்கள் நீக்கப்பட்டிருந்தாலும் சரியான எல்லைகள் யாவை என்று சிறிதும்

பிழையின்றித் தெரிவித்துவிடுவார்கள்.* மற்றெந்த சாதியாரையும் விட, நிலத்தோடு அதிக நாள் ஈடுபாடு உடையவர்கள் ஆதிதிராவிடர்தாம் என்பதை இது காட்டவில்லையா?

தாழ்த்தப்பட்ட மக்கள் குடிசைகள் போட்டு வாழ்ந்துவரும் சேரி - நத்தம் என்று சொல்லப்படுகிற இடங்களுக்கு இவர்கள்தாம் சொந்தம் கொண்டாடி வருகிறார்கள். இவர்களைத் தீண்டினால் தீட்டுப்பட்டுவிடுவதாகக் கருதும் பிராமணனை, சேரி நத்தங்களில் ஆதிதிராவிடர்கள் நுழைய விடுவதில்லை என்பது பல பேருக்குத் தெரியாது. அப்படித் தவறி ஒரு பிராமணன் ஒருசேரியில் நுழைந்துவிட்டான் என்றால், அவன் தலையில் மாட்டுச் சாணம் கலந்த நீரைக் கொட்டித் துரத்திவிடுவார்கள்.

புறக்கணிக்கப்பட்ட சேரியானது அக்கிரகாரம் அமைக்க ஏற்ற இடம் எனச் சில பிராமணர்கள் கருதுகிறார்கள்.

'ஹொலியர்கள்' (மைசூரில் வாழும் தாழ்த்தப்பட்டோர்) வாழும் பகுதிகளின் உள்ளே புகுந்து தாக்கப்படாமல் வெளியே வந்துவிட்டால் தங்களுக்கு நல்ல அதிர்ஷ்டம் ஏற்படும் என்று மைசூர் பிராமணர்கள் நினைக்கிறார்கள். ஆனால், ஹொலியகளோ, யாராவது ஒரு பிராமணன் தங்கள் தெருவில் நுழைந்துவிட்டால், யாவரும் ஒன்றுகூடி அவனைச் செருப்பால் அடித்து விரட்டுவார்கள்."***

இன்றும் சிறப்பான உரிமைகளுடன் ஆதிதிராவிடர் வாழ்வது அவர்களின் பழம்பெருமைகளை விளக்கி நிற்கிறது. தமிழ்நாட்டின் தலைநகரான சென்னையில் உள்ள ஜார்ஜ் டவுனில் அம்மன் கோயில்

....

*** Sivashanmugam pillai J.M.A.Writes in an article, 'A Brief outline on the uplift movement of the Depressed Classes' as follows: "In 1857, the Late Sri.Subramanian Pillai of Condiments fame, started a sabha under the name of Adi-Dravida Mahajana Sabha to work for the amelioration of Depressed classes of this country. Late Sri.M.C.Chinnathambi Pillai, the father of Late Diwan Bahadur M.C.Raja, was the first General Secretary of the Sabha... Souvenir - 1965

S.C. & S.T.Social Welfare Assn.Madras

** South Indian Inscription

*** Francis,L.K.Hou-clan, 'Caste and club', P.101
*** Edgar Thurston, 'Caste and Tribes of southern India'

**Mackonzle, J.S.F, 'Indian Antiquary', 1873 vol.II.

திருவிழா ஆண்டுக்கொரு முறை விமரிசையாக நடைபெறுவதுண்டு. அச்சமயம், தன்னுடைய வகுப்பினர் சார்பில் ஒரு ஆதிதிராவிடர் அத்தேவதையின் கழுத்தில் தாலி கட்டுவது வழக்கம். அந்தத் திருவிழா எவ்வளவு நாட்கள் நடக்கிறதோ, அவ்வளவு நாட்களிலும் அந்த ஆதிதிராவிடருக்கு ராஜோபசாரம் நடைபெறும். அவருக்குப் பகட்டான ஆடைகளை உடுத்தி அம்மன் கோயிலிலேயே விருந்து கொடுப்பார்கள். அவர்தான் எல்லோராலும் ஏற்றுக்கொள்ளப்பட்ட அம்மனின் மாப்பிள்ளையாக எண்ணப்படுகிறார்.

அவரைப் பெருமைப்படுத்தும் வகையில் கொட்டுமேளங்கள் முழங்கப் படுகின்றன. ஏகாத்தம்மாள் என்றழைக்கப்படும் அந்த அம்மனின் சிலை நகர் முழுவதும் ஊர்வலமாக எடுத்துச் செல்லப்படுகிறது. பூசாரியானவர் ஒரு செப்பு நாணயத்தை அம்மன் கையிலும் மாப்பிள்ளையின் கையிலும் வைக்கிறார். இந்த வைபவம் காப்புக்கட்டும் விழாவில் நடைபெறுகிறது. திண்டுக்கல்லில் நடக்கும் ஜல்லிக்கட்டு விழாவில் ஆதிதிராவிடர்தான் நடுநாயகமாக விளங்கி பூசாரியாகச் செயல்படுகிறார்.

காஞ்சிபுரம், ஸ்ரீவில்லிபுத்தூர், கும்பகோணம், திருவொற்றியூர் போன்ற புண்ணியத் தலங்களில் கொண்டாடப்படும் வருடாந்திரத் திருவிழாக்களில் விக்கிரகங்களை வைத்துத் தேர்களை இழுப்பார்கள். இத்தேர்களை இழுக்க ஆதிதிராவிடர்கள் அனுமதிக்கப்படுகிறார்கள். அருள்திரு.ஏ.ஆண்ட்ரூ என்பவர் மிகப்பொருத்தமாகக் கூறுவதாவது:

"பறையர்களுக்கு இதுபோன்ற மத சம்பந்தமான பெரிய திருவிழாக்களில் தனி அனுமதி வழங்கப்படுகிறது. தங்களுக்குச் சாதகமான முறையில் இந்துக்கள், இப்பேர்ப்பட்ட வைபவங்களில் ஆதிதிராவிடரைத் தங்களோடு சேர்த்துக்கொள்கிறார்கள். காரியம் முடிந்ததும் ஒதுக்கிவிடுவார்கள்!"*

ஆம்! தங்களுக்கு ஏதாவது காரியம் ஆக வேண்டும் என்றால் சாதி இந்துக்கள் மிகவும் தாராள மனத்தோடுதான் நடந்துகொள்வார்கள்!

தஞ்சை மாவட்டத்திலுள்ள திருவாரூரில் சிவன் கோயில் திருவிழாவில் ஆதிதிராவிட வகுப்பைச் சேர்ந்த நாட்டாண்மைக்காரர் கோயில் யானை மீது கம்பீரமாக அமர்ந்துகொண்டு கடவுள் திருஉருவுக்கு வெண்சாமரம் வீசிச் செல்வது கண்கொள்ளா காட்சியாகும்.

* **Indian Antiquary, vol.III, P.191*

மைசூர் மாநிலத்திலுள்ள மேல்கோட்டை ஊரிலிருக்கும் விஷ்ணு கோயில் புகழ் பெற்றதாகும். அக்கோயிலில், ஆதிதிராவிடருக்குத் தனிப்பட்ட உரிமைகள் தரப்படுகின்றன. மேல்கோட்டை என்ற ஊர் ஸ்ரீ வைஷ்ணவப் பிராமணர் வாழும் இடமாகும். ஸ்ரீ வைஷ்ணவப் பிராமணர்களின் சமயாசாரியருடைய இருப்பிடமும் அதுதான் வைஷ்ணவ சமயத்தில் சீர்திருத்தங்களைப் புகுத்தியவர் என்று போற்றப்படும் இராமானுஜர் 12-ஆம் நூற்றாண்டில் ஏறக்குறைய 14 ஆண்டுகள் இவ்வூரில்தான் வாழ்ந்தார். ஆகையால் இராமானுஜரைப் பின்பற்றும் இந்துக்களுக்கு இந்த ஊர் மிகவும் புனிதமானது.

தான் வெகுநாட்களாகக் கனவில் கண்டுவந்த உருவத்தை ஓர் ஆதிதிராவிடன் காட்டியதாகவும், அதன் காரணமாக அந்த ஆதிதிராவிடச் சமுதாயத்திற்கு ஆண்டுக்கு மூன்று நாட்கள் கோயிலில் நுழைய இராமானுஜர் உரிமை வழங்கியதாகவும் கூறப்படுகிறது.

"வழிபாட்டுத் தூய்மையை விரும்பும், ஆனால் சமுதாயக் கலப்பினை வெறுக்கும் - வைஷ்ண பிராமணர்களே இந்த அளவுக்கு விட்டுக்கொடுத்தார்கள் என்றால், அது உண்மையிலேயே ஆதிதிராவிடர்களுக்குக் கிடைத்த பெரிய உரிமையாக, சலுகையாகத்தான் இருக்க முடியும்"* என்று அருள்திரு ஆண்ட்ரூ அவர்கள் குறிப்பிடுகிறார்கள். இத்தகைய உரிமையை செங்கற்பட்டு மாவட்டத்தில் உள்ள திருப்பெரும்புதூரைச் சேர்ந்த ஆதிதிராவிடர் பெற்றிருக்கின்றனர். முகமதியர் படையெடுப்பின்போது விஷ்ணுவின் சிலையை பத்திரமாகக் காப்பாற்றிக் கொடுத்ததே அதற்குக் காரணம்.

ஆதிதிராவிடர் சமுதாயம் ஒருகாலத்தில் மிக்கச் செல்வாக்கோடும் பெரும் புகழோடும் வாழ்ந்துவந்தது என்ற உண்மையை மறுப்பதற்கோ, மறைப்பதற்கோ இல்லை. அச்சமுதாயம் சொந்த அரசாங்கத்தையும் நீதிமன்றங்களையும் கொண்டிருந்தது. ஒவ்வொரு கிராமத்திலும் ஐந்தைந்து பேர் தேர்ந்தெடுக்கப்பட்டுப் பஞ்சாயத்து என்ற பெயரில் செயல்புரிந்துவந்தார்கள். இந்தப் பஞ்சாயத்துக்கு மூத்தோர்கள் குழு என்று பெயர். ஐந்து பேர்கள் தலைமை வகிக்கக் கூட்டப்படும் நீதிமன்றமே பஞ்சாயத்து ஆகும். இந்த ஐந்து பேர்களிலிருந்து தேர்ந்தெடுக்கப்படும் ஒருவர்தான் நாட்டாண்மைக்காரர். இச்செயல்முறைகளை கிராமங்களில் இன்றும் நாம் காண்கிறோம். கிராமங்களில் தலைதூக்கும் வழக்குகளை, இந்தப் பஞ்சாயத்து போற்றத்தகுந்த முறையில் தீர்த்துவைக்கிறது.

ஆதிதிராவிடரில் ஒரு பகுதியான வள்ளுவர்.* பல்லவ மன்னர்களின் மதக்குருக்களாக, பிராமணர் வருவதற்கு முன்னும், வந்த பிறகு சில காலம் வரைக்கும் விளங்கினார்கள்.

"இத்தினி உவச்சன் ஸ்ரீவல்லுவம் பூவணவன் நியமம் ஆறாளிட்டு உவச்சப்பணி செய்பவன்'' என்று 9ஆம் நூற்றாண்டு கல்வெட்டில் காணப்படுவதாக 1891ஆம் ஆண்டு வெளியிட்ட மக்கள் தொகைப் பற்றிய அறிக்கையில் சர். ஹெரால்டு ஸ்டுவர்ட் குறிப்பிடுகிறார்.

அதன்படி கோயில் அமைச்சர், கோயிற்பணிகளைக் கவனிக்கத் தினமும் ஆறு பேரை நியமிப்பாராம். அந்தக் கோயில் அமைச்சர் வேறு யாருமல்ல. ஆதிதிராவிட இனத்தைச் சேர்ந்த வள்ளுவர்தான். வள்ளுவர்தான் கோயில் அர்ச்சகர். அவருக்கு மன்னரிடமும் மக்களிடமும் நல்ல செல்வாக்கு உண்டு. அதுமட்டுமல்ல, வள்ளுவர் தேர்ச்சிமிக்க சோதிடர்களாகவும், வான சாத்திரத்தில் வல்லுனர்களாகவும், நல்ல மருத்துவர்களாகவும், அறுவை சிகிச்சையில் நிபுணர்களாகவும் திகழ்ந்தார்கள். இப்போதுங்கூட ஆரூடம் கணிப்பவர்களாகவும், ஆயுர்வேத-சித்தவைத்திய மருத்துவர்களாகவும் விளங்குகிறார்கள்.

கீர்த்தி பெற்ற கோயில்களுக்கும் இவர்களுக்கும் நெருங்கிய உடன்பாடு இருந்திருப்பது கண்கூடு. "பாரத்வர்ஷம் அல்லது இந்தியாவின் முதற்குடி மக்கள்'' என்ற தமது நூலில் திரு.குஸ்டாவ் ஒப்பெர்ட் கீழ்க்கண்டவாறு எழுதுகிறார்:

"சாதாரணமாக ஆதிதிராவிடர்கள் தங்கள் பெண்களுக்கு 'வள்ளி' என்ற பெயரை வைப்பது வழக்கம். சிவபெருமானின் குமாரரான சுப்பிரமணியர், வள்ளி என்ற தென்னிந்தியப் பெண்ணை மனைவியாக அடைந்தார் என்பார்கள். வள்ளி என்பவள் ஆதிதிராவிடப் பெண். சிவபெருமானின் மனைவியான பார்வதி, மாதாங்கி என்ற ஆதிதிராவிடப் பெண்ணின் பெயரில் துதிக்கப்படுகிறாள். பன்னிரண்டு வைணவ ஆழ்வார்களில் ஒருவரான திருப்பாணாழ்வார் ஆதிதிராவிட வகுப்பைச் சேர்ந்தவர். அறுபத்து மூன்று சைவ நாயன்மார்களில் மிகவும் புகழ்வாய்ந்த நந்தனாரும் ஆதிதிராவிடரே.**

**மறைமலையடிகள் - 'திருக்குறள் ஆராய்ச்சி', பக்.-51

"வள்ளுவர் என்போர் பறையருட் குருமாராய்க் குறி சொல்லிப் பிழைக்கும் ஒரு வகுப்பார். இச்சொல் 'வள்' என்னும் முதனிலையிற் பிறந்து தோல் வினைஞர் என்னும் பொருளாகும். வாரினால் இறுக்கிக்கட்டப்படும் பறையறிவிக்கும் வினையினைச் செய்வோர் வள்ளுவர் ஆவர்."

*****Gustau Oppert - 'Original Inhabitant of Bharatvarsh'*

நான்கு சங்கர பீடங்களையும் அமைத்த குரு ஸ்ரீ சங்கராச்சார்யா அவர்கள் தம்முடைய 'மானுஷ்ய பஞ்சகம்' என்ற நூலில் விசுவநாதன் என்பவர் தம்முடைய குரு என்றும், அவரிடமிருந்துதான் தான் ஞானோதயம் பெற்றதாகவும் ஐயம்திரிபறக் கூறுகிறார். இந்த விசுவநாதன் ஓர் ஆதிதிராவிடர்! சங்கரரைப் பின்பற்றும் ஸ்மார்த்த பிராமணர்கள், இவரைத் தெய்வமாகப் போற்றுகிறார்கள்!

வடக்கத்திய பக்தர்களின், அதாவது வைணவ பக்தர்களின் வாழ்க்கையைப் பற்றிக் கூறும் 'பக்த விஜயம்' என்ற நூலில் சொக்கமேளர் எனப்படும் மாபெரும் பக்தர், பண்டரிபுர பிராமணர்களால் குரு என்று போற்றி வணங்கப்பட்டார் என்று குறிப்பிடப்பட்டிருக்கிறது. அந்தச் சொக்கமேளரும் ஆதிதிராவிடரே!

வைணவ முனிவர்கள், தென்னாட்டு பக்தர்கள் ஆகியோரின் வாழ்க்கையைப் பற்றிப் புகழ்வது 'குருபரம்பரை' என்ற தெய்வீக நூல். அதில் கூறப்படும் நம்பாடுவானும் மறநெறி நம்பியும் ஆதிதிராவிடர்கள். சங்கப் புலவர்களில் ஒருவரும், உலக மகாகவிகளில் ஒருவரும், உலகம் போற்றும் திருக்குறள் என்ற நூலை எழுதியவருமான திருவள்ளுவர் ஓர் ஆதிதிராவிடர்.**

**திருவள்ளுவர், ஔவையார், உப்பை, உறுவை, வள்ளி, அதியமான், கபிலர் ஆகியோர் ஆதிதிராவிடரே என்பதைக் கீழ்வரும் பாட்டால் காண்க

வண்ணுகரத்தில் உப்பை வளர்ந்தனள்:
காவிரிப்பூப்பட்டினத்தில் கள்விளைஞர் சேரியிற்
சான்ற ரகந்தனில் உறுவை வளர்ந்தனள்:
நரப்புக் கருவியோர் நண்ணிடுஞ்சேரியற்
பாண ரகத்தில் ஔவை வளர்ந்தன்ள்:
குறவர் கோமான் கொய்தினைப் புனஞ்சூழ்
வண்மலைச் சாரலில் வள்ளி வளர்ந்தனள்:
தொண்டை மண்டிலத்தில் வண்டமிழ் மயிலையில்
நீளாண்மை கொளும் வேளாண் மரபுயர்
துள்ளவ ரிடத்தில் வள்ளுவர் வளர்ந்தனர்:
அரும்பார் சோலைச் சுரும்பார் வஞ்சி
அதியமா னில்லிடையதியமான் வளர்ந்தனன்:
பாரூர் நீர்நாட்டாரூர் தன்னில்
அந்தணர் வளர்க்க யானும் (கபிலன்) வளர்ந்தேன்."
(மறைமலையடிகள், '-திருக்குறள் ஆராய்ச்சி' பக்.-58)

** 'ஸ்ரீரங்கநாதசுவாமி தேவஸ்தானம் ஸ்தலபுராணம்', பக். 61 - 62

பெண்பாற்புலவர்களில் முதன்மை இடம் வகிப்பவரான ஔவையாரும் ஓர் ஆதிதிராவிடர். வசிஷ்ட மஹரிஷியின் மனைவியாகத் திகழ்ந்த அருந்ததி தாழ்த்தப்பட்ட இனத்தைச் சேர்ந்தவர். புகழ்பெற்ற பூரி ஜெகந்நாதர் ஆலயம் தாழ்த்தப்பட்ட மக்களுடன் நெருங்கிய தொடர்புடையது.

மேலே குறிப்பிட்ட ஆதிதிராவிடப் பெரியோர்களைப் பற்றி சில வார்த்தைகள் இங்கே கூறுவது பொருத்தமாக அமையும். அக்கால கவிஞர்களிலும் புலவர்களிலும் மிக்க புகழும் முதன்மையும் முக்கியத்துவமும் வாய்ந்தவர் திருவள்ளுவர். உயரிய நீதிநெறிகளைக் கொண்டது திருக்குறள். 1800 ஆண்டுகளுக்கு மேல் ஆகியும், தமிழ் மக்களுக்கு அதன் மேலுள்ள பற்றுதலும் ஆர்வமும் கிஞ்சித்தும் குறையவில்லை. தமிழ் இலக்கியத்துக்கே எடுத்துக்காட்டாக விளங்கிவரும் குறள் சென்னைப் பல்கலைக்கழகத்தில், பி.ஏ., எம்.ஏ., வகுப்புகளில் பாடப் புத்தகமாக தேர்ந்தெடுக்கப்பட்டிருக்கிறது.

பன்னிரண்டு ஆழ்வார்களில் மிகவும் முக்கியமானவர் திருப்பாணாழ்வார். வைணவக் கோயில்களில் ஓதப்படும் சமஸ்கிருத

பாணர் வகுப்பினர் தீண்டத்தகாதவர் என்று கருதப்பட்டவர். பாணருடைய உள்மனம் அரங்கநாதனையே பாவனை செய்துகொண்டிருந்தது. இவர், தினமும் காவிரியின் தென்கரையில் பகவானது பெருமையைப் பாடிக்கொண்டிருக்கும்போது ஒருநாள் லோகசங்கரர் இவரை விலகச் சொல்லியும் அசையாது நிற்க, கற்களை இவர் மீது வீசினார். அன்றிரவு அரங்கநாதர் முகத்தில் ரத்தக்காயத்துடன் தோன்றினார். அரங்கநாதர் பாணரைக் கோயிலுக்குள்ளே கொண்டுவர திருவாய் மலர்ந்தார். லோகசங்கரர் பாணரைத் தன் தோள்மீது ஏற்றிச்சென்றார்.

** 'சிதம்பர ரகசியம்' என்று பெயர்பெற்ற சொல்வழக்கு ஒன்றுண்டு. அதாவது கோயிலில் பெருமான் அபிரூபியாக இருக்கிறான் என்பது அதன் உட்பொருள். கருவறையில் லிங்கமோ மற்ற எந்த உருவமோ இல்லை. இது ஆகமக் கூற்றுக்குப் புறம்பானது. எங்கும் இதுபோன்று இல்லையென்பதும் குறிப்பிடத்தக்கது.

ஆதிதிராவிட சமய குருவாகவும் குறுநில மன்னனாகவும் இருந்தவருடைய கல்லறைதான் இன்றைய சிதம்பரம் கோயிலாம். பேறுபெற்ற அப்புனித உயிரால் அங்குள்ள மக்கள் நன்மையடைந்தும் நல்வழி ஒழுகியும் வந்தனராம். பின்னாட்களில் அந்த இடத்தைச் சிலர் கைப்பற்றிக்கொண்டு கருவறையில் உருவம் அமைக்க முயல, அதனை நந்தனார் தலைமையில் மக்கள் எதிர்த்தனராம். ஆயினும் எழுப்பப்பட்ட கோயில் கருவறை உருவம் இன்றியே நிறுத்தப்பட்டுவிட்டதாம். ஆகம விதிக்கு முரணாக நந்தியைத் தள்ளிவைத்ததும் புறத்தே இருந்து கருவறையில் ஏதும் உருவம் அமைக்காமல் கண்காணிக்கவே என்று இரட்டைமலை சீனிவாசனார் 1893இல் தனது பத்திரிகையில் எழுதியதாகச் செவிவழிக் கதை ஒன்று கூறுகிறது. இன்றைய ஆதிதிராவிடப் பெரியார்கள் இதற்குப் பூவிருந்தவல்லி கருமாரியம்மன் கோயில் நிர்வாகத்தை உதாரணமாகச் சுட்டிக்காட்டுகின்றனர். பூரி ஜெகன்னநாதர் ஆலயமும் இத்தகைய வரலாறு கொண்டிருப்பதை ஸ்டூவர்ட் எழுதுகிறார்.

ஸ்லோகங்கள் அல்லது உபநிஷத்துகளுக்கு இடையில் திருப்பாணாழ்வார் இயற்றிய 'அமரன் ஆதிபரன்' என்னும் தமிழ்ப் பாடலும் பாடப்பெறுகிறது. திருச்சிராப்பள்ளி மாவட்டம், ஸ்ரீரங்கத்திலுள்ள ரங்கநாதரோடு இந்த ஆதிதிராவிடப் பக்தராகிய திருப்பாணாழ்வார் ஒன்று கலந்துவிட்டார் என்று பிராமணர்கள் உட்பட எல்லோரும் ஒப்புக்கொள்கின்றனர்.*

இன்றுங்கூட, தென்னிந்தியாவில் எல்லா வைணவக் கோயில்களிலும் திருப்பாணாழ்வாரின் உருவச்சிலை வைத்து வணங்கப்படுவதை யாரும் காணலாம்.

நந்தனார் ஒரு சிவனடியார்; ஸ்மார்த்த நிலச்சுவான்தாரிடம் வேலை செய்த ஒரு விவசாயி; தில்லை நடராசனைத் தரிசிக்க ஆவலுற்றார்.** ஆனால் பண்ணையார் அவரது ஆசைக்குத் தடையாக இருந்தார். ஆண்டவன் தரிசனம் அவருக்கு ஆகாது என்று தடுத்து நிறுத்த முயன்றார். நந்தனாரோ மீண்டும் மீண்டும் வேண்டிக்கொண்டிருந்ததால் இவரைப் போகவிடாமல் செய்ய வேண்டுமென எண்ணி பண்ணையார் ஓர் அபூர்வக் கட்டளையிட்டார். நிலங்களையெல்லாம் உழுது, பயிரிட்டு, விளைவித்து, அறுவடை செய்து வீட்டில் சேர்த்துவிட்டுப் போகலாம்" என்று கூறிவிட்டார். தன்னால் முடியாதென்று உணர்ந்த நந்தனார், "எல்லாம் அவன் செயல்" என்று சோர்ந்துவிட்டார். அவர்மீது கருணை கொண்ட சிவன், ஐயர் இட்ட கட்டளையை அன்றிரவே நிறைவேற்றினார். எல்லோரும் வியந்தனர். நந்தனாரின் பக்தி மேம்பாட்டையும் ஆண்டவன் அவருக்கு அருளியதையும் எண்ணி பண்ணையார் நந்தனாரின் கால்களில் விழுந்து வணங்கி அவரைத் தில்லைக்கு அனுப்பி வைத்தார். தில்லையில் நந்தனார் சிவனை வணங்கினார். சிவன் அவரை ஆட்கொண்டார். நந்தனாரின் உருவச்சிலை எல்லா ஆலயங்களிலும் பக்தர்களால் வணங்கப்படுகிறது.

ஔவை சிறந்த தமிழ்ப் புலவர். அவர் எழுதிய நீதி நூல்களான, ஆத்திச்சூடி, கொன்றை வேந்தன் ஆகியவை தமிழ் மாணவர்களால் ஆரம்ப காலத்திலேயே பயிலப்படுகின்றன. பெருந்தமிழ் அறிஞரான வீரமாமுனிவர் (பெஸ்கி) இந்நூற்களை மிகவும் பாராட்டியிருக்கிறார்.

சப்த ரிஷிகளில் ஒருவரும் தர்க்கக் கலை வல்லுநருமாகிய வசிஷ்ட முனிவரின் மனைவி அருந்ததி, கற்பின் பெருமைக்கு ஓர் எடுத்துக்காட்டு. இந்துக்களின் திருமணங்களில் கற்பு தேவதையான அருந்ததியை மணமகன் வணங்குகிறான். அர்ச்சுனன் மகன் அபிமன்யு அம்பினால் அடிபட்டு

சாவுமுனையில் துடித்தபோது அவன் தாய் சுபத்ரா அருந்ததியின் அருளைப் பெற்று உயிர் பிழைக்க வைத்தாள். இது பெண்குலம் அருந்ததியின்பால் கொண்ட பக்தி பெருக்கைக் காட்டுகிறது. இன்றும் அருந்ததி வானில் நட்சத்திரமாக ஒளிவீசிக்கொண்டிருப்பதாகக் கூறுகிறார்கள்.

❍ ❍ ❍

நானவெதி என்பவர் கூற்று

ஆதிதிராவிடர்கள் பதினெட்டுப் பட்டங்களையும் அதற்கேற்ப அடையாளச் சின்னங்களையும் கொண்டிருந்தனர். அவற்றில் வெண்மை நிலாவடிவான குடை, சிங்கம், அன்னம், குரங்கு, குயில், கலப்பையின் கைப்பிடி, சக்கரம், சிங்கமுகக் (சின்னத்தையுடைய) கொடி, முரசு, தீபம், வெற்றிமணி, இருவெண்சாமரம், வெள்ளையானை, வெள்ளைக்குதிரை, தந்தப் பல்லக்கு, நன்னாறி விசிறிகள், குழல், நீண்ட வெண்கயிறு, மகரத்தோரணம், தங்கக்குடம்* முதலியவை வீர, விருதுச் சின்னங்களாக இருந்தன. மேலும் சாம்பவான் நாராயணனின் பக்தன், அவரது சேனையின் தளபதி ஒருசமயம் நாராணயன் மகாபலி என்ற கொடியவனிடமிருந்து உலகை மீட்ட வெற்றிச் செய்தியை உலகிற்குப் பறை சாற்றி அறிவித்தது சாம்பவானே. சாம்பவான் தலைமை நீதிபதியாகவும் இருந்தான். நீதிமன்றத்திற்கு வரும்போது அவன் வருகையை அறிவிக்க ஊழியர் இருந்தனர். அவர்கள் நீதிபதி வருகிறார் என்பதைக் குறிக்க 'மகாதீகை வருகிறார்' என்பார்கள். மகாதீகை என்றால் மாட்சிமையாளர் என்று பொருள். மகாதீகை நாளடைவில் மாதிகா என்று மருவி இன்று தாழ்த்தப்பட்டோரில் ஒரு பகுதியினரைக் குறிக்கும் சொல்லாக இருந்துவருகிறது.

ஆரியர்கள் இந்நாட்டிற்கு வருவதற்கு முன் ஆதிதிராவிடர்கள் நாட்டை நிர்வகித்த முறை மிகவும் வியப்பானது. நிர்வாக அதிகாரம் முழுவதும் மன்னரிடமிருக்கும். அத்தலைமை பரம்பரையாக வந்துகொண்டிருக்கும். மன்னரின் அதிகாரத்தைக் கட்டுப்படுத்தும் ஐந்துபேர் கொண்ட சபையும் அதனுடன் மக்கள் பிரதிநிதிகளும் மதக்குருக்களும், மருத்துவர், சோதிடர், வான் ஆராய்ச்சியாளர்கள், அமைச்சர்கள் இவர்களைக் கொண்ட சபையும் இருந்தது.

* சிங்காரவேலு முதலியார் & அபிதான சிந்தாமணி

மக்கள் சபை பொதுமக்கள் நலனையும் உரிமையையும், குருக்களின் சபை மதக்கோட்பாடு விழாக்களையும், மருத்துவர் சபை மன்னரின் உடல்நிலை, மக்கள் சுகாதார வாழ்க்கையையும், சோதிடர் வான் ஆராய்சியாளர்கள் சபை சுபகாலங்களைக் கணிப்பதிலும் இயற்கையில் நிகழப்போவதை ஊகித்து உதவுவதிலும், அமைச்சரவை நிதி, நீதி இவற்றோடு மன்னனுக்கும் மக்களுக்கும் நன்மை பயப்பவற்றைப் பெருக்கியும் தீமை தருபவற்றை நீக்கியும் சேவை புரிந்துவந்தனர். இத்தகைய ஆட்சிமுறை தமிழ் அரசர்களான சேர, சோழ, பாண்டியர் ஆட்சியிலும் இருந்துவந்தது. ஆனால் ஒருவர் ஆட்சிமுறையை மற்றவர் அறியார்.

தலைமை மதகுரு, தலைமைச் சோதிடர், தலைமைத் தளபதி, தலைமை அமைச்சர் இவர்களே நாட்டின் உயர் அதிகாரிகள். இவர்களே நீதிபதிகள். நேர்மையாகவும் நிதானமாகவும் விசாரணை செய்து நீதி வழங்கினர். எல்லா வழக்குகளிலும் முடிவில் மன்னரே தீர்ப்பு வழங்குவார். நீதி வழங்கக் கட்டணம் ஏதும் இல்லை. தண்டனைகள் சற்றுக் கடுமையானதாக இருந்தன. அதனால் குற்றம் குறைவாகவே இருந்தது.

நாட்டின் முக்கிய வருமானம் சுங்கவரி, நிலவரி*, எல்லை வரியாகும். மன்னன், ஆட்சிக்கும் மக்களுக்கும் தலைவனாக இருந்தான். மன்னன் மக்களோடு நெருங்கியத் தொடர்பு கொண்டிருந்தான். தலைநகரில் நடக்கும் விழாக்களுக்கெல்லாம் தலைமை வகிப்பான். இதற்கும் மேலாக மக்களின் சுக, துக்கங்களிலும் பங்குகொள்வான்.

மன்னர் மக்களுக்கு முன்போ, நாட்டுப் பெருவிழாக்களின்போதோ வரும்போது, பொன்னிழைகளால் பின்னிய உயர்ந்த மஸ்லின் ஆடை அணிந்து நன்முத்துக்களால் அலங்கரிக்கப்பட்டப் பொற்பல்லக்கில் பவனி வருவார்.

மக்கள் பலவகை கேளிக்கைகளையும் பொழுதுபோக்குகளையும் கொண்டிருந்தனர். கோழிச் சண்டை, எருதுச் சண்டை, குதிரை வண்டி பந்தயம், குதிரைச் சவாரி, யானை ஏற்றம், வேட்டையாடுதல், நீந்துதல், நடனம் முதலியவை அவற்றில் முக்கியமானவை. உடற்பயிற்சிக்

* பறைவரி என்றும் உண்டு. இது பறையருக்கு விதித்த வரியாம். வரிதருவோர் நாட்டின் உரிமைப் பெற்ற குடிமகன் என்பது மரபு.

பறைவரி பார்க்க: 'ராசமாணிக்கம்- பல்லவர் வரலாறு', தீ.ந.சுப்ரமணியம்; தென்னாட்டு கல்வெட்டுகள்.

கலையும் கொண்டிருந்தனர். நாட்டு வாலிபர்களுக்கென சிலம்பப் பயிற்சி, வாட்போர், மற்போர் இவையும் இருந்தன.

பெண்டிரும் தங்களுக்கென பல கேளிக்கைகளைக் கொண்டிருந்தனர். கிளிக்குச் சொல் பயிற்றுவித்தலும், வள்ளி அம்மானைப் பாடுவதும், கும்மி, தாயம் விளையாடுதல், இலங்கல், பல்லாங்குழி, பந்து விளையாட்டு முதலியவை அவற்றுள் முக்கியமானவை.

ஆதிதிராவிடர்களிடையே விஞ்ஞானமும் நுண்கலைகளும் நன்கு வளர்ந்திருந்தன. மரப்பட்டை, பருத்தித்துணி, பனைஓலை ஆகியவை எழுதுவதற்குப் பயன்படுத்தப்பட்டன. இசைப் பயிற்சி கல்வி முறையிலேயே முக்கிய அங்கம் அளிக்கப்பட்டது. தமிழ்ப் பாக்களை இசையோடு பாடும் வழக்கம் அந்நாள் தொட்டே இருந்துவருகிறது. ஆதிதிராவிடர் கப்பல், தோணி கட்டும் தொழிலைக் கற்றிருந்தனர். துணி நெய்யவும், தங்கம் உள்ளிட்ட உலோகங்களில் பொருட்களைச் செய்யவும் அறிந்திருந்தனர். விவசாயம், நீர்ப்பாசனம், முத்துக்குளித்தல் போன்ற துறையின் நுட்பங்களை அறிந்து நல்ல திறமை பெற்றிருந்தனர். நுண்கலைகளுள் நடனக்கலையும் நன்கு பேணிவந்தனர். ஆதிதிராவிடர்கள் ஓவியக்கலையிலும் சிற்பக் கலையிலும் வல்லுனர்களாகத் திகழ்ந்தனர்.

ஆதிதிராவிடர்கள் பெரும்பாலும் இயற்கைக் கோள்களையே வழிபட்டு வந்தனர். சூரியன், சந்திரன், பஞ்ச பூதங்களான நீர், நெருப்பு, காற்று, வளி, பூமி இவற்றை வணங்கும் பொருட்களாகக் கொண்டிருந்தனர். வீரர்களை வழிபடும் வழக்கமும் இருந்தது. ஆனால் உருவ வழிபாடு மட்டுமில்லை. உருவ வழிபாடு ஆரியர்களாலேயே பிற்காலத்தில் கொண்டு வரப்பட்டதாகும்.

அவர்கள் இயற்கையின் சினத்திற்கு அஞ்சினர். ஒவ்வொரு சிற்றூர்தோறும் சிறு ஆலயம் இருந்தது. அந்த வழக்கத் தொடர்பை இன்றும் நாம் எல்லாச் சிற்றூர்களிலும் காணலாம்.

திரேதா யுகத்தில் சம்வாரன் என்ற ஆதிதிராவிடனும் அவன் மனைவி புலினியும் காட்டுவழியில் ஒரு சிவலிங்கத்தைக் கண்டனர். நாள்தோறும் அதற்கு இடுகாட்டுச் சாம்பலைப் படைத்து வணங்கினர். ஒருநாள் சாம்பல் கிடைக்கவில்லை. ஆகவே, புலினி தன்னுடலையே எரித்துப் படைக்குமாறு வேண்ட, அதன்படியே அவள் கணவனும் செய்தான். பூசை முடிந்தவுடன் பிரசாதம் வழங்க எப்போதும் போல் மனைவியின் பக்கம் திரும்பினான். அப்போது அங்கே தன் மனைவி

நிற்கக் கண்டதும் அதிர்ந்து போனான். அப்போது சிவன் அவர்கள் முன் தோன்றி அருள்புரிந்தார். இந்நிகழ்ச்சி இம்மக்களின் பக்தி மேம்பாட்டினை விளக்கி நிற்கிறது!

ஆதிதிராவிடர்கள் வீரப் பரம்பரையினர். மாபெரும் வரலாற்றினைக் கொண்டவர்கள். யானைப்படை, குதிரைப்படைகளைக் கொண்டிருந்தனர். பகைவரைப் போர்க்களத்திலும் முற்றுகையிட்டுப் போர் புரியத் தெரிந்திருந்தனர். நன்முறையில் அமைந்த கோட்டைகளைக் கொண்டிருந்தனர். அவர்கள் மிகவும் துணிவு நிறைந்த வீரர்கள், வயோதிகர்களிடமும் இயலாதோரிடமும் பெண்கள், குழந்தைகள் ஆகியோரிடமும் மிகவும் கனிவு காட்டினர். அகநானூறு, புறநானூறு ஆகிய தமிழ் இலக்கியங்களில் இவர்களின் வீரதீரச் செயல்களைப் பற்றி அரிய செய்திகள் மண்டிக்கிடக்கின்றன. மார்பில் ஏற்பட்ட பெரிய புண்ணின் எண்ணிக்கையைக் கொண்டு பெருமிதம் கொள்வர். பெண்களும் தங்கள் வீரத்தைக் காட்டினர். உயிர்நீத்த வீரப் பெருந்தகைகளுக்கு நடுகல் நட்டு வழிபட்டனர். தெய்வப் புலவர் திருவள்ளுவரும் தன் அற நூலான திருக்குறளில் படைமாட்சி, படைச்செருக்கு என்ற தலைப்புகளில் இரண்டு அதிகாரங்களைப் படைத்திருக்கிறார்.

ஐரோப்பியர் முதன்முதலில் இந்தியாவிற்கு வந்தபோது இவர்கள்தான் அவர்களுக்கு வேண்டிய உதவியும் தந்து பிரிட்டிஷ் ஆட்சி இங்கு அடிகோல ஆதரவு தந்தார்கள்.* ஆற்காடு முற்றுகையின்போது

** ஆங்கிலேயருக்கு ஆதிதிராவிடர்கள் உதவினர் என்று கூறினால் இன்றைய சமுதாய, அரசியலில் உள்ள அவசரக்காரர்கள், தாழ்த்தப்பட்ட மக்கள் காட்டிக்கொடுத்தவர்கள் என்று ஆத்திரப்படக்கூடும். வரலாற்றைக் கூர்ந்து படிப்போர் நாட்டைக் காட்டிக்கொடுத்தோர் மேட்டுக்குடிகளே என்பதை உணரலாம். இந்திய அரசியல் சட்டத்தை வகுத்து தந்த பேரறிஞர் அம்பேத்கர், 1949 நவம்பர் 25ஆம் நாள் இந்தியப் பாராளுமன்றத்தில் கீழ்காணும் விதம் கூறினார்.

“சிந்து படையெடுப்பின்போது தாகர் மன்னனின் தளபதி முகமது- பின்-காசிமிடம் லஞ்சம் வாங்கிக்கொண்டு போராட மறுத்தான். ஜெயசந்திரன் பிரித்விராஜுக்கு எதிராகப் போராட முகமதுகோரியை இந்தியாவுக்குள் அழைத்தான். இந்துக்களின் விடுதலைக்காகப் போராடிய சிவாஜிக்கு எதிராக மராட்டிய மேட்டுக்குடியினரும், ராஜபுத்திர அரசர்களும் முகமதிய அரசனோடு இணைந்துநின்றனர். சீக்கியரோடு பிரிட்டிஷார் போரிட்டபோது சீக்கியத் தளபதி அரசருக்கு உதவி செய்யாமல் இருந்தான். 1857இல் இந்தியா முழுவதும் விடுதலைக்காகக் கனன்று எழுந்தபோது சீக்கியர் பார்வையாளரைப் போன்று இருந்துவிட்டனர்.”

பார்க்க (*Index of the Constituent assembly debates official report vol. XI, 1949, P.977*)

வரலாற்றில் நந்தனப் பேரரசு அழிவும், அசோக சாம்ராஜ்யத்தின் வீழ்ச்சியும் எதைக் காட்டுகிறது?

தாங்கள் கஞ்சியை உண்டு அரிசியைப் படையினருக்குக் கொடுத்து உதவியிருக்கிறார்கள். வேலூர் கலகத்தின்போதும், சிப்பாய் கலகத்தின் போதும் பிரிட்டிஷாரோடு சேர்ந்து நின்று, பொய் விளம்பரம் செய்தவர்களை எதிர்த்துப் போரிட்டனர்.

1922-ஆம் ஆண்டு டிசம்பர் 15ஆம் நாள் இந்நூல் ஆசிரியரான எம்.சி.ராஜா, எம்.எல்.சி., அவர்களுக்குப் பச்சையப்பன் மண்டபத்தில் இராவ் பகதூர் பட்டம் அளிக்கப்பட்டபோது சென்னை மாவட்ட அதிகாரியாக இருந்த திரு.ஏ.ஆர்.காக்ஸ் ஐ.சி.எஸ். அவர்கள் கூறினார்,

"நீங்கள் பொதுமக்களுக்கு நன்கு அறிமுகமான மனிதர். உம்மைப் பற்றி அதிகம் சொல்வது தேவையில்லாத ஒன்று. உங்கள் இனமாகிய ஆதிதிராவிட மக்கள் உங்கள்மீது கொண்டிருக்கும் மதிப்பிற்கும் நீங்கள் அவர்களுக்கென ஆற்றிவரும் அருள் சேவைக்குமே இந்தப் பட்டம் அளிக்கப்படுகிறது என்பதில் ஐயமில்லை. தொழிலாளர் போராட்டத்தின்போது வன்முறைகளிலிருந்து அவர்களைத் தடுத்தும் சட்ட விரோதிகளிடமிருந்து காத்தும் மகத்தான பணி ஆற்றியிருக்கிறீர்கள்.

மாட்சிமைத் தங்கிய வைஸ்ராய் அவர்களிடமும் மேன்மைத் தங்கிய செயலாளர் (செகரட்டரி) அவர்களிடமும் சென்ற தூதுக்குழுக்களில் பிரதிநிதியாகச் சென்றிருக்கிறீர்கள். சட்டசபையில் உறுப்பினரான முதல்

முகலாயப் பேரரசர்கள் பலர் தங்கள் மக்களாலும் அடிமைகளாலும் கொல்லப்பட்டு அரசு இழந்த வரலாறு காணக் கிடைக்கிறது. தமிழ் வள்ளல்கள் காரியும் ஓரியும் போரிட்டுக் கொண்டதையும், பெருஞ்சேரன் இரும்பொறை நெடுமான் அஞ்சியைப் படையெடுத்து வென்ற கதையையும் நாம் அறிவோம்.

கோப்பெருஞ்சோழன் தம் மக்களே தம்முடன் போராட வந்ததைத் தாளாது வடக்கிருந்து உயிர் நீத்தான். அரசராகும் பேராசையால் மறவர் மகன் குலசேகரப் பாண்டியனை அவனது மகன் கொன்று அரசனானான். இப்படிப் பற்பல வரலாற்றில்!

ஜனசக்தி வெளியீடான 'இந்தியாவில் நான் அமெரிக்க உளவாளியாக இருந்தேன்' என்ற நூலில் ஜான் ஸ்மித் பணத்துக்காகச் சுதந்திர இந்தியாவைக் காட்டிக்கொடுத்தோர் பட்டியலைத் தருகிறார்.

இதில் இந்திய அமைச்சர், தளபதிகள், அரசியல் கட்சிகள், அரசியல் தலைவர்கள், பத்திரிகைகள் போன்றோர் அடங்குவர். திரு.கா.அப்பாதுரையார் 'தமிழர் முழக்கம்' என்ற தனது நூலில் (பக்.25) "உடல் வலிமையால் தமிழ்நாட்டில் வெற்றிகொள்ள எண்ணிய எல்லாப் பிறநாட்டுப் படையாளர்க்கும் உள்நாட்டிலேயே ஐந்தாம்படை வேலை செய்து பகையோரின் வெற்றிக்கும் ஆட்சிக்கும் உதவுவது மேல்குலத்தோர்தாம்" என்று குறிப்பிடுகிறார்.

எனவே இடைவிடாத கொடுமைகளைப் பொறுமையுடனும் அகிம்சா முறையிலும் ஏற்று வாழ்விழந்த ஆதிதிராவிட மக்கள் தங்கள் கொடுமைகளுக்கு முடிவுகண்டு நல்வாழ்வு கிட்டாதா என்ற எண்ணத்தில் ஆங்கிலேயருக்கு உதவியது குற்றமல்ல என்பது இதனால் பெறப்படும்.

ஆதிதிராவிடர் நீங்களே. உங்கள் உள்ளம் எப்போதும் ஏழை எளிய தாழ்த்தப்பட்ட மக்களின் நலனையே எண்ணிக்கொண்டிருக்கிறது. உங்கள் பாட்டனார் இந்தியப் புரட்சிவீரர் என்பதை நன்கறிவேன். போர்க் காலத்தில் அவர் காட்டிய துணிவையும், சகிப்புத் தன்மையையும் நீங்கள் அமைதிக் காலங்களில் வெளிப்படுத்துவதைக் காண மகிழ்கிறேன்.

மக்களுக்கு நீங்கள் ஆற்றிய மகத்தான பொதுத்தொண்டினை அரசாங்கம் நன்கறிந்தே இந்த விருதைத் தங்களுக்கு வழங்கி பெருமைப்படுத்துகிறது.''

உலகப்போர்க் காலங்களில் ஆதிதிராவிடர்கள் போர்வீரர்களாக அரும்பணி ஆற்றியிருக்கிறார்கள். காலஞ்சென்ற மாட்சிமைத் தங்கிய விக்டோரியா மகாராணியார் இவர்கள் போர்க்காலத்தில் ஆற்றிய சேவையைக் கண்டு மகிழ்ந்து ஆதிதிராவிடர்களை அதிகமாகக் கொண்ட அந்தப் படைக்குத் தன் பெயரையே வைத்தார்கள். அந்தப் படை 'இராணியார் சாப்பர்ஸ் மைனர்ஸ்' *(Queen Sappers and minors)* என்றழைக்கப்படுகிறது. எல்லாப் படைகளிலும் இப்படை தனிப்பேரும் பெருமையும் பெற்றிருக்கிறது.

இவர்கள் பிறவியில் வீரர்களாக இருப்பதாலேயே இன்றும் படையில் அநேகர் அரிய சேவை செய்துவரக் காண்கிறோம். இத்தகைய பழம்பெருமை வாய்ந்த வீர இனம் இன்று பிற சமூகத்தினரின் ஏச்சுக்கும் பேச்சுக்கும் இலக்காகி இழிநிலைக்கு ஆளாகியிருப்பதை எண்ணும்போது மனம் வேதனைப்படுகிறது.

ஒருகாலத்தில் உன்னதமாகவும் உயர்ந்த நிலையிலும் இருந்த இனம் அவலநிலைக்கு ஆளாகிவிட்டது. கருணை காட்டும் இறைவனின் பேரருளால் ஆங்கிலேய அமைப்பு ஓரளவு இவர்களைக் காக்க வந்தது. எனினும் இன்னும் ஆதிதிராவிட மக்களைப் பொதுக்கிணறு, குளங்களில் அனுமதிப்பது கிடையாது. மேலும், பொது நிதியில் இயங்கும் பள்ளி, கல்லூரிகளில் இவர்களுக்கு இடமில்லை. இவர்கள் பாமரர்கள் என்றும் தற்குறிகள் என்றும் பழிக்கப்படுகிறார்கள்.

ஆண்டவன் தரிசனத்திற்கும் அருகதையற்றவர்களாம். ஆலயங்களின் கதவுகள் இவர்களுக்குத் திறக்கப்படுவதில்லை. பொதுச்சாலைகளில் செல்வதற்கும், சவங்களைப் புதைப்பதற்கும், மற்ற இனத்தினரின் தயவையே எப்போதும் நம்பி வாழும் நிலையிலிருந்தார்கள். சாதி இந்துக்கள் ஆதிதிராவிடர்கள் பால் இத்தகைய கொடும்பாவப்

போக்கினைக் கொண்டிருக்கிறார்கள். பிரிட்டிஷ் ஆட்சிக்குப் பிறகு இவர்களது நிலைமை சற்று மாறியிருக்கிறது. நாம் இதுகாறும் பெற்றிருந்த அரசாட்சிகளிலேயே பிரிட்டிஷ் அரசாட்சியே மிகச்சிறந்ததாகும். அவ்வாட்சி பலம் வாய்ந்ததாயும் நீதியானதாயும், பல்வேறுபட்ட மக்களினங்களும் வேறுபட்ட நோக்கம் உடையவர்களும் வாழும் இந்நாட்டிற்கு ஏற்புடையதாயும் விளங்குகிறது. இந்தியத் தண்டனைச் சட்டம் ஆதிதிராவிடருக்கும் உயர்சாதியினருக்கும் இடையே வேறுபாடெதையும் காட்டுவதில்லை.

❍ ❍ ❍

5.புறஞ்செல் வழி

மனுவின் நீதி நூலுக்கு மேட்டுக்குடியினர் உகந்தவகையில் கல்லறை கட்டினார்களா? நடைமுறையில் மனுநீதி இறந்துவிட்டதாகக் காணப்பட்டாலும் அது மீண்டும் அமலுக்கு வராமலா போய்விடும்! ஆயிரம் ஆண்டுகள் ஆண்ட முஸ்லிம் ஆட்சியிலும், ஆங்கிலேயர் ஆட்சியிலும் நம்மால் சாதியை ஒழிக்க முடிந்ததா? மாறாக, சாதிவெறி தலைவிரித்தாடுகிறது. சாதிவெறி மக்கள்பால் கொண்ட வெறிப்பிடியைத் தளர்த்திவருகிறது என்று சொல்லப்பட்டாலும் தனி மனிதனுக்கு உண்டான சுதந்திரத்தையும் உரிமையையும் தாழ்த்தப்பட்டவருக்கு அளிக்க சாதி இந்துக்கள் மறுக்கிறார்கள். சட்டமும் இச்செயலை அனுமதிக்கிறது; நீதிமன்றமும் இதனை ஆமோதிக்கிறது. தேசிய வளர்ச்சிக்குத் தனிமனித உரிமை ஓர் முக்கிய அம்சமாகும்.

சமூகத்திலுள்ள முரண்பாடுகள் சீர்செய்யப்படாத வரையில் இந்தியாவிற்கு முழு சுதந்திரம் அளிக்கக் கூடாது. அரசியல் சுதந்திரம், அரசியல் சமத்துவம், அரசியல் சகோதரத்துவம் பெற விரும்பும் மக்களிடையே, முதலில் சமூகச் சுதந்திரம், சமூகச் சமத்துவம், சமூகச் சகோதரத்துவம் முதலியவற்றை அமல்படுத்த வேண்டும்.

உயர் வகுப்பினர் என்று தம்மை அழைத்துக்கொள்வோர் தங்களோடு இணைந்த சக தோழர்களுக்காக ஆற்ற வேண்டிய அரும்பணி அநேகம் தெளிவாகவும் குறிப்பாகவும் இருக்கின்றன. ஆனால், அவர்களோ மாறாக “உங்களுடைய தேவைகள் என்ன? நீங்கள் ஏன் திருப்தி அடையவில்லை?” என ஏளனமாகவும் கேலியாகவும் கேட்கும் நிலைதான் உள்ளது. நாங்கள் வேண்டுவது என்ன? நாங்களும் உங்களைப் போல மனித இனம்தானே.

எங்களைப் போன்று நீங்களும் உங்கள் விருப்பத்திற்கு மாறாக, கலாச்சாரம் என்ற பெயரால் மாற்று வகுப்பினரின் ஆதிக்கத்தின் பிடியில் நீண்ட காலம் சிக்கிச் சீரழிந்து போனால் நீங்கள் என்ன விரும்புவீர்கள்? உங்களைச் சுரண்டினால், நீங்கள் அறிவுப் பசியால் வாடினால், பள்ளி, நடைப்பாதை, பொது இடம், கிணறு, கோயில் போன்ற பொதுநல வாய்ப்புகள் இழக்கப்பட்டால், நாள்தோறும் ஏச்சுக்கும், பேச்சுக்கும் ஆளானால் நீங்கள் என்ன விரும்புவீர்கள்! நாங்கள் கற்களோ பாறைகளோ அல்ல. எங்களுக்கும் ஆசாபாசங்களும், தேசப் பெருமையுனூடே பேரும் புகழும் அடைய வேண்டும் என்ற உணர்ச்சிகளும் இருக்காதா? நாங்கள் எத்தனை துன்பங்களையும், கொடுமைகளையும், சுரண்டல்களையும், அவமானத்தையும், அல்லல்களையும் அனுபவிப்பது!

எங்கள் தேசாபிமானத்தைச் சிதைத்திருக்கிறீர்கள். அவமதிப்புகளை அளவில்லாமல் எங்கள் மீது குவித்து எங்கள் தன்மானமே அழியுமளவுக்கு ஆக்கிவிட்டிருக்கிறீர்கள். அரசியல் துறையிலும், பொருளாதாரத்திலும் நாங்கள் அழிந்தே போகுமளவுக்கு எங்களை அல்லல்களுக்கு உட்படுத்தி அலைக்கழித்திருக்கிறீர்கள். முதலில் நாங்கள் சுதந்திரம் அடைய வேண்டும். நாங்கள் மனிதராக வாழ வேண்டும், மனித உரிமையும் எங்களுக்கு வேண்டும். இதுவே நாங்கள் வேண்டுவதாகும்; யாருடைய பரிவோ, பரோபகாரமோ எங்களுக்குத் தேவையில்லை. நாங்கள் பெற விரும்புவது சமூக முன்னேற்றம். அரசியல் எழுச்சி, பொருளாதார உயர்வு.

ஏழை எளியவர்க்குச் சேவை செய்வது சிறந்தது. அவர்கள் கடவுளின் பிள்ளைகள். அவர்களைப் புறக்கணிக்கக் கூடாது. இயேசுவும் கிருஷ்ணனும் வாமனும் அரண்மனைகளில் பிறக்கவில்லை.

வளங்கொழிக்கும் கப்பர்நகூம், பெத்சாயிதா நகரங்களிலா இயேசு பிறந்தார்? கலீலியாவிலுள்ள இழிந்த குடியானவனோடு இருந்தார். அவர் செல்வர்களையும் சீமான்களையும்விட பாவிகளையும் பாமரர்களையுமே நாடினார். நைந்துபோன ஆடைகள் சிறிய பாவச் செயல்களைக் காட்டிக்கொடுத்து விடுகின்றன. ஆனால், ஆடம்பர ஆடை அணிகள் பெரும்பாவச் செயல்களை மூடி மறைக்கின்றன. செல்வம் படைத்தவர்கள் செய்யும் கொடுஞ்செயல்கள் குற்றமாக எண்ணப்படாமல் ஏதோ ஒரு சமாதானம் கூறி மறைக்கப்படுகிறது. ஆனால் ஒதுக்கப்பட்டவர் செய்யும் சிறு காரியமானாலும் அவை பெரிதாக்கப்படுகின்றன. இருப்பினும் ஆதிதிராவிட உள்ளம் எதையும் தாங்கும் உரம் பெற்றதாக இருக்கிறது.

தாழ்த்தப்பட்டவர்களின் முன்னேற்றத்தில்தான் இந்தியாவின் பாதுகாப்பு இருக்கிறது. இந்தியாவில் தாழ்த்தப்பட்ட இனமென்று ஒன்று இருக்கிற வரையில் முழுப் பொறுப்புள்ள அரசாங்கத்தை அளிப்பதோ, ஆட்சிச் சீரமைப்புக்கு அடிகோலுவதோ மிகப்பெரியதோர் தவறை வலிய வரவழைப்பதைக் காட்டுமேயன்றி வேறில்லை.

இவ்வாறு தாழ்த்தப்பட்டவர்கள் என்ற இனம் இந்தியாவில் இருப்பது எதைக் காட்டுகிறதென்றால், இந்தியா காட்டுமிராண்டித்தனத்தின் அடித்தளத்திற்கே போய்க்கொண்டிருக்கிறது என்பதையும், இந்த நிலையை மாற்றியமைக்க எடுத்துவரும் முயற்சிகளுக்கெல்லாம் ஏற்படும் எதிர்ப்புகளையும் இன்னல்களையும் பார்க்குங்கால், இந்தியா சுயஆட்சி என்பதை எட்டிப்பிடிக்க மிகவும் தூரத்திலேயே இருந்துவருகிறதென்பதையும் நன்கு விளக்கிக் காட்டுகிறது. நான் அரசியல் சீரமைப்பை எதிர்ப்பவனென்று எண்ணக் கூடாது. நான் சொல்வதெல்லாம், சீரமைப்புக்கேற்ற பக்குவ நிலையை நாடு அடைவதற்கு முன்பு அதைப் புகுத்துவதைவிட நாட்டிற்கு வேறு பெரிய தீமையைச் செய்ய முடியாதென்று எண்ணுகிறேன்.

தென்னிந்தியாவைப் பொறுத்தவரையில் எழுபது இலட்சத்திற்கு மேற்பட்டதொரு பெரும் சமூகம் அடிமைத்தளையில் இருக்கிறவரையில் அதற்கு ஈடேற்றம் கிடையாது. இவர்களுக்கெதிராகச் சாதி இந்துக்கள் நீண்ட காலமாகவே பாவச் செயல்களைச் செய்துவருகின்றனர். செய்த தீமைகளை அவர்களே நீக்க வேண்டும். இப்போதாவது இந்நிலையைச் சீர்செய்யத் தீவிரமாக முயல வேண்டும். கொடுமைகளை எண்ணி வருந்த இன்னும் காலம் கடந்துவிடவில்லை.

தாழ்த்தப்பட்ட மக்களுக்காகப் பொது மேடைகள் தோறும், சங்கங்கள் தோறும், வட்டார அமைப்புகளிலும், மாநிலச் சட்டமன்றங்களிலும், பாராளுமன்றத்திலும் முன்பு வாதாடியவர்கள் இப்போது அவர்களுக்காகச் செய்யும் காரியங்களில் ஒத்துழைக்க மனம் இல்லாமல் இருக்கின்றனர். ஏனென்றால் தாழ்த்தப்பட்ட மக்கள் தங்களுடைய உரிமைகளைப் பற்றிய உணர்வுடன் தங்களுக்கே உரித்தானதோர் தனித்தன்மை உண்டென்று காட்டத் தொடங்கியுள்ளதுதான் காரணம். இந்நிலை அவர்களது எண்ணத்திலுள்ள அடிப்படை கோளாறைக் காட்டுகிறது.

நிலச்சுவான்தார்களின் மூத்த பிள்ளைகள் தங்கள் கையில் குடும்பப் பொறுப்பு முழுமையாக வந்ததும் அவர்களது உடன்பிறந்தோர்க்குக்

கல்வி கற்பித்தால் அவர்கள் பெரியவர்களாகி, கீழ்ப்படியாதவர்களாகவும், துடுக்கானவர்களாகவும் ஆகிவிடுவார்கள் என்பதால் அவர்களுக்குக் கல்வி போதிக்க மாட்டார்கள் என்று கேள்விப்பட்டிருக்கிறேன். சகோதரர்களை அறியாமை இருளில் வைத்திருந்தால் நாமே எல்லாவற்றிற்கும் எதேச்சதிகாரியாக இருக்கலாம் என்று மூத்த பிள்ளைகள் நினைக்கிறார்கள். இப்படிப்பட்ட குடும்பங்கள் வெகுவிரைவில் சிதைந்துவிடுகின்றன.

குடும்பத்திலுள்ள இளைய உறுப்பினர்களின் சுயமரியாதையும் சுதந்திரமும் ஆரோக்கியமான முறையில் வளருவதை அடக்கி வைப்பதன் மூலம் குடும்பத்தலைவர்கள் எக்காலமும் பலம் பெற்றவர்களாய் இருக்கலாமென்று நினைப்பார்களானால் அவர்களது எண்ணம் தவறாகிவிடும். அடிமைகளைக் கொண்டு உருவாக்கிய உரோமப் பேரரசு வீழ்ந்துவிட்டது. இதைக் கிப்பன் புகழ்பெற்ற நூலாக ஆக்கியிருக்கிறார். ஆனால் அதே நேரத்தில் மேற்கத்திய சுதந்திர நாடுகள் தங்களுக்குள் உண்டான வேற்றுமைகளைத் தாங்களே சீர்படுத்திக்கொண்டன. ஏனெனில், அந்நாட்டு மக்கள் சுதந்திரத்தில் நம்பிக்கை கொண்டிருந்தனர். சமூக முன்னேற்றத்திற்குச் சமுதாயத்தில் ஒவ்வொரு தரப்பினரும் கல்வி பெறுவது அவசியம் என்பதையும் உணர்ந்திருந்தனர். சமூகத்திலுள்ள பழக்க வழக்கங்கள் மக்கள் தொகையைப் பெரிதும் பாதிக்கின்றன. சமூக அழிவிற்குக் காரணமான கடன், நோய், மது அருந்துதல், அறியாமை போன்ற தீய சக்திகள் மக்களில் பெரும் பகுதியினரை ஆட்டிப்படைக்கும்போது ஒரு நாடு எப்படிச் சுதந்திரமாக இருக்க முடியும்? சமூகச் சீரழிவுக்குக் காரணமான இந்நால்வகைத் தீயசக்திகள் ஆட்கொண்டால் மதிப்புள்ள நல்ல ஒரு குடிமகனின் உள்ளத்தையும் உடலையுமே உறிஞ்சிவிடும். சக்கரங்களில் ஒன்றுமட்டும் சகதியில் சிக்கினால் வண்டியால் ஓட இயலுமா?

இந்துக்களைப் போன்று ஆதிதிராவிடர்களும் இந்நாட்டு மக்கள ல்லவா? பரிதாபமான குடிசைகளில் அவர்கள் வாழ்வதால் சாதி இந்துக்கள் என்றழைக்கப்படுவோரின் அவமதிப்புக்கும் ஏளனத்திற்கும் அவர்கள் உட்பட வேண்டுமா? ஆதிதிராவிடர்கள் அசுத்தமாகவும் அறியாதவர்களாகவும் இருப்பதற்குச் சாதி இந்துக்களன்றோ காரணமாவார்கள்? தாழ்த்தப்பட்டோர் ஏழைகளாக இருக்கிறார்கள் என்றால் இவர்கள் உழைப்பை உறிஞ்சி வயிற்றுக்கும் போதாத ஊதியத்தைக் கொடுத்த அந்த மேட்டுக்குடிச் சாதி இந்துக்களே

பொறுப்பாளர்கள். குடிகாரர்களாக இருக்கிறார்கள் என்றால் சாதி இந்துக்கள் அவர்களைத் தீய வழிகளில் நடத்திய காரணத்தினால் அல்லவா? வாழ இடமில்லாமல் வாடுகிறார்கள் என்றால் மேட்டுக்குடிகள் நிலங்களை அபகரித்துக்கொண்டு இவர்களுக்கு இடம் கொடுக்காததாலல்லவா? சாதி இந்துக்கள் என்றழைக்கப்படுகிறவர்கள் மிகப்பெரிய வீடுகளிலோ அல்லது பரந்த வளாகத்தில் அமைந்த வீடுகளில் வாழ்வதாலன்றோ?

ஐரோப்பியரும் மற்றவர்களும் தாழ்த்தப்பட்ட மக்களைப் பார்த்து நீங்கள் மிகவும் அசுத்தமானவர்கள் என்றே குறைகூறுகின்றனர். தூய்மையைப் பற்றி சொல்லப் போனால் தாழ்த்தப்பட்டவர்களில் பலர் உயர்சாதி என அழைக்கப்படுவர்களைவிட அதிகத் தூய்மையுடையவர்கள் எனக் காட்டலாம். இயற்கை எல்லோருக்கும் ஈந்த தூயநீரைத் தாங்களே உடைமையாக்கிக்கொண்டு இவர்களுக்குத் தூய்மையற்ற நீரை அனுப்பிவிட்டால் இவர்கள் எவ்வாறு தூய்மையாக இருக்க முடியும்?

தவறு யாருடையது? தாழ்த்தப்பட்டோர்க்குக் குடிக்க - குளிக்க நீர் கொடுக்காமல் இவர்களைத் தூய்மையற்றவர்கள் என்று மட்டும் கூற துணிவிருக்கிறது. தாழ்த்தப்பட்ட மக்கள் குடிக்க நல்ல நீர், இருக்க இடவசதியற்று அசுத்தத்திலே உழல்வதால் நோய் நொடிகளுக்கு ஆளாகிறார்கள். இதற்கு யார் காரணம்? இத்தனைக் கொடும்பாவச் செயல்களுக்கெல்லாம் சாதி இந்துக்களே காரணம். இந்த வாழமுடியாத நிலைமை மாற்றி அமைக்கப்படுவது எப்போது? இந்தியா உரிமை பெறுகின்ற நேரத்தில் இந்த நிலைமை மாறும் என்று கூறிய காலமொன்று இருந்தது. அந்த நேரத்தை நெருங்கிவிட்டோமா? இப்படிப்பட்ட வெட்கக்கேடான நிலைமை ஒரு காலத்தில் இந்நாட்டில் இருந்ததே என்று சாதி இந்துக்கள் நினைத்துப் பார்க்கும் காலம் எப்போது வரும்! சாதி இந்துக்களுடைய நாட்டுப்பற்றும் மதக் கோட்பாடுகளும் அவர்கள் நீண்ட காலமாக செய்துவரும் தவறை நீக்காவிட்டாலும், நல்ல எண்ணமுள்ளவர்களையும், தரும சிந்தனையாளர்களையும், நற்காரியங்களில் நாட்டமுள்ளவர்களையும் இப்போது வேண்டிக்கொள்வது - தாழ்த்தப்பட்டோரின் சமூக முன்னேற்றதிற்கும் பொருளாதார வளர்ச்சிக்கும் அரசியல் சுதந்திரத்திற்கும் தீவிரமாக உழைக்க முன்வர வேண்டும் என்பதே! அப்போதுதான் இந்தியாவின் முன்னேற்றம் உறுதியாக்கப்படும்.

ஆனால், இதுவரை மனிதசுபாவம் இருந்துவந்திருக்கிறதே எவ்வாறு? ஆதிதிராவிடர்களின் முன்னேற்றத்திற்காக இந்துக்கள் மனப்பூர்வமாக

உழைப்பார்கள் என்றோ முன்னேற்றத்திற்கு இடையூறாக இருப்பதிலிருந்து விலகிக்கொள்வார்கள் என்றோ எதிர்பார்ப்பது அறிவுடைமையாகாது. சென்னையில் மாற்றியமைக்கப்பட்ட முதல் சட்டசபையின் வெற்றி தாழ்த்தப்பட்ட சமூகத்தின் முன்னேற்றத்தில் அதுகொண்ட உயர்ந்த நோக்கத்திற்கு ஒரு விமர்சனமாக அமைந்திருக்கிறது. தாழ்த்தப்பட்ட மக்களின் காப்பாளர்துறை அல்லது தொழில்துறை அதிகாரி (லேபர் கமிஷ்னர்) என்றழைக்கப்படும் தனிப்பட்ட துறையைப் பற்றி சில வார்த்தைகள்: தற்போது சென்னை சட்டசபையில் அதிகாரத்திலிருக்கும் கட்சியின் ஆதரவை இந்தத் தனித்துறை எந்த அளவு பெற்றிருக்கிறது என்று பார்ப்பது மிகவும் பொருத்தமாகும். இந்த அரசியல் மாற்றக் கனவு காண்பதற்கு முன்பே தாழ்த்தப்பட்ட மக்களின் நிலைமையைச் சீர்படுத்துவதற்கென்றே இந்தத் தனித்துறை உருவாக்கப்பட்டது. கீழ்க்கண்ட சட்டத்தின் வரம்பு தனித்துறை அலுவலகம் உருவாக்கப்படுவதற்கான நிலைமையை நன்கு விளக்கும்.

“தாழ்த்தப்பட்ட மக்களின் சிக்கல்களைக் கவனமாகப் பரிசீலனை செய்த பிறகு இந்தத் துறை ஒரு முடிவிற்கு வந்துள்ளது. அவர்கள் பால் அரசாங்கத்தின் நோக்கம் எவ்வளவோ தாராளமாகவும் பெருந்தன்மையாகவும் இருந்தாலும், அவர்களின் நிலைமையைச் சீர்செய் எவ்வளவோ வசதிகளை ஏற்படுத்தி இருந்தாலும், அரசாங்கத்தின் நோக்கத்தைச் செயல்படுத்தத் தனித்துறை ஒன்று இல்லாதவரை எதிர்பார்க்கிற விளைவுகள் அவ்வளவாக இருக்காது என்ற முடிவிற்கு இந்தத் துறை வந்திருக்கிறது. முன்பே சில சீரமைப்புத் தீர்மானங்கள் அரசாங்கத்தின் அங்கீகாரத்தைப் பெற்றிருக்கின்றன. ஆனால், தனித்துறை மூலம் அவை செயல்படுத்தப்படாததால் எதிர்பார்க்கும் பலனை அளிக்கவில்லை.

மேலும், தாழ்த்தப்பட்டோர் முன்னேற்றத்திற்கான வழி முறைகளைக் கணக்கிடும்போதெல்லாம் பொதுவாக எல்லோரும் ஆத்திரமுடையவர்களாகவும் பாராமுகமாகவும் இருந்தார்கள். மாவட்ட அதிகாரி - கலெக்டர் - இந்தக் காரியங்களில் கவனம் செலுத்தாமல் இருந்துவிட்டாலோ, நடவடிக்கைகளைச் செயல்படுத்தாமல் இருந்து விட்டாலோ, அவருடைய கீழ் அதிகாரிகள் தங்கள் மன வேறுபாட்டினாலும், மறைமுகமான தடைகள் செய்வதாலும் எல்லாவித ஏற்பாடுகளும் செயலற்றுப் போய்விடுகின்றன. ஆகவே, தகுந்த ஆர்வமுள்ள ஊழியர்களுடன் கூடிய ஒரு தனி அதிகாரி,

தாழ்த்தப்பட்டோரின் காப்பாளராக நியமிக்கப்படுவது மிகவும் அவசியமாகிறது. அவ்வாறு ஓர் அதிகாரி தேர்ந்தெடுக்கப்பட்டால் அரசாங்கம் முன்கூட்டி மேற்கொண்ட நடவடிக்கைகளைத் தொடர்ந்தும், வழங்க இருப்பதற்கானவற்றைக் கவனித்தும்வருவார். இவற்றோடு ஆங்காங்கே உள்ள எதிர்ப்புகளாலும் வேறுபாடுகளாலும் அரசாங்கத்தின் நல்லெண்ணம் பாழ்படாமல் இருக்க ஆவணச் செய்து செயலாற்றுவார்.

இடையறாத உழைப்பினாலும் விடாமுயற்சியாலும் பெருவாரியான மக்களைத், துன்பத்திலிருந்தும் அறியாமையிலிருந்தும் பரிதாபகரமான நிலையிலிருந்தும் காத்து நல்லதொரு பயனை அளிக்க முடியும். இந்தியாவிற்குச் சுயாட்சியை வழங்க எடுக்கும் அவசர ஏற்பாடுகளைப் பார்க்கிறபோது அரசியல் சீரமைப்புடனேயே சமூகச் சீரமைப்புப் பணியும் முன்பைவிட மிக வேகமாகச் செயலாற்றப்பட வேண்டியது மிக முக்கிய காரியமாகும். அதுவே அரசியல் நியதியாகவும் தோன்றுகிறது.

அப்போதுதான் தாழ்த்தப்பட்டோரின் குரலை அரசியலில் கேட்க இயலும்.

தற்போது கல்வி, செல்வம், அதிகாரம் போன்ற முக்கியத் துறைகள் அனைத்தும் உயர்சாதி என அழைத்துக்கொள்வோர் கைக்குட்படுத்தப்பட்டிருக்கின்றன. ஆகவே, ஆதிதிராவிடர்கள் உதவியற்ற பரிதாப நிலைமைக்கு ஆளாகாமல் எப்படி இருக்க முடியும்."

இவ்வாறாகத்தான் அரசாங்கம் தனது கவனமான பரிசீலனைக்குப் பிறகு இத்தகைய தனித்துறையை நிறுவிற்று. இதுவே இம்மாநிலத்தில் ஆங்கிலேய அரசு தாழ்த்தப்பட்ட மக்களை முன்னேற்ற எடுத்துக்கொண்ட முதல் காரியமாகும். மனிதத் தன்மையின் பெயராலும் நாகரிகத்தின் பெயராலும் தாழ்த்தப்பட்டவர்களின் காப்பாளரான இந்த அதிகாரி ஒரு முழுநேர அதிகாரியாகவும் மற்ற மாநிலங்களிலும் மற்ற பகுதிகளிலுமுள்ள தாழ்த்தப்பட்ட மக்களின் முன்னேற்றத்திற்கும் சீரமைப்பிற்குமான ஏற்பாடுகளைச் செய்கின்ற ஒரு விரிவான திட்டத்தையும் உடையவராக இருப்பது மிகவும் முக்கியம். சாதி இந்துக்கள் அரசியல் சீரமைப்புச் சட்டத்தின் விளைவாக அதிகாரத்திற்கு வந்தவுடனேயே இந்தத் துறையையே அழிப்பதற்கு முயல்கிறார்கள். ஓர் ஆண்டுக்குள்ளாகவே இத்துறை மட்டுப்படும் என்ற பீதி ஏற்பட்டுவிட்டது.

சாதி இந்துக்கள் ஆட்சிக்கு வந்தபோது 1921ஆம் ஆண்டு செப்டம்பரில் பிராமணர் அல்லாத சாதி இந்துக்களின் கட்சியின்

தலைவரும், நம்பத்தகாதவரும் பிரபு பட்டம் பெற்றவருமான தண்டையார்பேட்டை சர்.பி.தியாகராய செட்டியாரும் ஆலைத் தகராறில் சாதி இந்து தொழிலாளரின் சார்பாக எழுதிய கடிதத்தில் விவேகமற்ற முறையில் அரசுக்கு எழுதியுள்ளனர். ஒத்துழையாமை இயக்கத்தைச் சேர்ந்த தொழிலாளிகளோடு சேர மறுத்த காரணத்திற்காக ஆதிதிராவிடர்கள் தங்கள் வீடுகளை இழந்தார்கள். மேலும், ஆதிதிராவிடர் தொழிலாளர்களைச் சென்னையைவிட்டே விரட்ட வேண்டும் என்று சாதி இந்துக்களடங்கிய நீதிக் (ஜஸ்டிஸ்) கட்சியினர் விண்ணப்பித்துக்கொண்டிருக்கிறார்கள்.

மேற்குறிப்பிட்ட வேலைநிறுத்தம் உண்மையான தொழிலாளர் இயக்கத்தால் நடத்தப்பட்டதல்ல என்பதை, 1923-24ஆம் ஆண்டிற்கான வரவு செலவு திட்டம் பற்றிச் சென்னை சட்டசபையில், 1923 மார்ச் மாதம் நடந்த விவாதத்தில் என்னுடைய பேச்சின் ஒரு பகுதியே தெளிவுபடுத்தும்!

"இந்தத் தொழிற்கட்சி இன்று இச்சட்டசபையில் பெருவாரியான உறுப்பினர்களைக் கொண்டு இயங்குகிறது. இப்பெரும் பலத்தைக் கொண்டு அவர்கள் உண்மையான நீதியை நிலைநாட்டுவதற்காகப் பாடுபடாமல் எப்போதும் தங்களின் கை மேலோங்கியே இருக்க வேண்டும் என்ற பதவி வெறிக்காகப் பாடுபட்டு, எத்தனை காலம் பதவியில் நீடிக்க முடியுமோ, அத்தனை காலமும் பதவி ஒன்றையே குறிக்கோளாகக் கருதி உழைத்தாலோ, அல்லது தங்களுடைய கடமை இந்நாட்டின் கோடானகோடிக் கல்வியறிவற்ற மக்களை அறிந்தோராகவும் கற்றவராகவும் மாற்றி அவர்களை உயர்நிலைக்கு உயர்த்த வேண்டும், குறிப்பாகத் தாழ்த்தப்பட்ட வகுப்பாரை முன்னுக்குக் கொண்டுவர வேண்டும் என்பதை மறந்தாலோ இந்தப் பெரும்பலம் என்பது முடிந்த கதையாக, இறந்த பொருளாகவே கருதப்படும்.

இந்நிலையில் சாதி இந்துக்களுக்கு ஒன்றை நினைவுபடுத்துகிறேன். ஒத்துழையாமை இயக்கம் இம்மாநிலத்தில் முதன்முதலாக ஆதிதிராவிடராகிய எங்களால்தான் தேவையற்றதெனக் கண்டிக்கப்பட்டது. நாங்கள் தோற்றுவித்த இந்த 'ஒத்துழையாமை இயக்க மறுப்'பைப் பொதுவாகப் பிராமணர் அல்லாத கட்சிக்காரர்கள் பின்பிற்றியிருந்தால், பிராமணர் அல்லாத சாதி இந்துக்கள் தக்க சமயத்தில் எச்சரிக்கப்பட்டவர்களாகி இருப்பார்கள். ஆனால், ஏற்கெனவே இக்கொடிய நஞ்சு மக்களின் உள்ளங்களில் பாய்ச்சப்பட்டு,

வேரூன்றிவிட்டபடியால் அவர்களின் தவறானத் திரிபுமனதை இனித் திருத்த முயல்வதில் என்ன பயன் இருக்கக்கூடும்.

எனக்கு மற்றொரு நிகழ்ச்சி நினைவுக்குவருகிறது. உயர்திரு.வாடியா அவர்கள் சென்னையைவிட்டு வெளியேறியவுடன், சர்.பி.தியாகராய செட்டியாரையும், பிராமணர் அல்லாதார் தலைவர்களையும் தொழிலாளர் இயக்கத்திற்குத் தலைமை வகித்து ‘ஒத்துழையாதார்’ கரங்களில் தொழிலாளர்கள் சிக்கிக்கொள்ளாமல் தடுக்கும்படி வேண்டிக்கொண்டேன்.

அப்போது ஆட்சிப் பீடத்தில் அமர்ந்திருந்த கட்சி என்ன செய்தது? சென்னைத் தொழிலாளர் இயக்கம் ஒத்துழையாதார் கையில் சிக்க அக்கட்சி அனுமதித்தது. அதன் காரணமாகவே, ஆதிதிராவிடர்களாகிய நாங்கள், எங்கள் குடும்பங்களையும் இந்த அரசாங்கத்தையும் இந்நாட்டையும் மக்களையும் தொழில் அழிவிலிருந்து காப்பாற்றுவது எங்களின் கடமை என்பதை உய்த்துணர்ந்து, ஒத்துழையாமை இயக்கத்தில் சேர மறுத்தோம்.

ஒத்துழையாமை இயக்கத்தில் போராட்டக்காரர்களோடு சேர மறுத்திட்ட இச்சீரிய செயலுக்காக எங்களுக்கு நன்றியும் வணக்கமும் கூறுவதற்குப் பதில், பிராமணர் அல்லாதார் தலைவர்கள் ஒத்துழையாதார் தோண்டிய படுகுழியில் தாங்களே விழுந்ததோடல்லாமல், தொழிலாளர் பெருமக்களையும் சாதி இந்து வேலைநிறுத்தக்காரர்கள் என்றும், ஆதிதிராவிட கருங்காலிகள் என்றும் இரு பிரிவுகளாகப் பாகுபடுத்தினர்! அவர்கள் தொழிலாளர்களுக்குள்ளேயே பிரிவினையை ஏற்படுத்த விரும்பினால், ‘ஒத்துழையாதவர்கள்’, ‘ஒத்துழையாமைக்கு ஒத்துழையா உண்மைத் தொழிலாளர்கள்’ என்று பிரித்திருக்கலாம். ஆனால், ஒத்துழையாதவர்களை ஒன்றுகூட்டி ‘மேல்சாதி இந்துக்கள் இயக்கம்’ என்ற ஒன்றைத் தோற்றுவித்து, ஆதிதிராவிட உழைப்பாளருக்கு எதிராகத் தங்கள் பக்கம் நிற்க அவர்களை வற்புறுத்தினர். தொழிலாளர் இயக்கம் பிளவுபட்டதைக் கண்ட இத்தலைவர்கள் ஓர் உருவமற்ற அச்சுறுத்தல் தங்களைக் கவ்விக்கொண்டதை உணர்ந்தனர். ஒத்துழையாமை இயக்கத்திற்குத் தலைமை தாங்குவதால் அப்பயம் நீங்கும் என்ற வீண் இறுமாப்பால் தலை கனத்தனர். இதன் வழி தொழில் வளம் பெருகும் என்று நம்பினர். ஆனால் தொழில்வளம் ஏற்கெனவே இந்த ஒத்துழையாதவர்களின் கரங்களில் சிக்கிச் சீர்கெட்டுப் போய்விட்டது.

இவர்களது சிந்தனையற்ற இம்மௌடீக முயற்சி “கொக்கு தலையில் வெண்ணெய் வைத்து வெயிலில் அது உருகி கொக்கின் கண்களை மறைக்கும்போது அதைப் பிடித்துவிடலாம்” என்ற மூடனது தத்துவார்த்தம் போலல்லவா இருக்கிறது? தங்களைப் பலப்படுத்திக்கொள்ள அவர்கள் கையாண்ட வித்தை ஒத்துழையாமை இயக்கத்திற்குத் தலைமை தாங்குவதும் ஒத்துழையாமைக்கு ஒத்துழையாத உண்மைத் தொழிலாளர்களாகிய நம் ஆதிதிராவிடரைத் துன்புறுத்தி அவர்களை ஏவுவதுமாகும். அச்சமயத்தில் நான் நம் இன மக்களை ஒத்துழையாமை இயக்கத்தில் சேராமல் தடுத்தேன். இல்லையேல், சென்னை மாநிலத் தொழில் வளர்ச்சி எவ்வாறு பாதிக்கப்பட்டிருக்கும் என்பதையும், தொழிலாளர் இயக்கம் எவ்வுருவத்திலிருக்கும் என்பதையும் யூகிக்கும்படி உங்களின் கற்பனைக்கே விட்டுவிடுகிறேன். குறிப்பாக வேல்ஸ் இளவரசர் சென்னைக்கு வருகை தந்தபோது ஒத்துழையார் செய்கையில் என்ன நடந்திருக்கும் என்பதையும் சிந்திக்க வேண்டுகிறேன்!

அன்று இந்த ஒத்துழையார் எவ்வாறு நடந்துகொண்டார்கள்? சென்ற 1923 ஜனவரி 13ஆம் நாள், வேல்ஸ் இளவரசர் சென்னைக்கு வருகைதந்து இச்சட்டசபையிலும் அமர்ந்து சென்ற காட்சி மறக்க முடியாத ஒன்று. அத்திருநாளில் இம்மாநிலத்திலிருந்த எல்லா தொழிலாளர்

பிரதிநிதிகளும் ஒன்றுசேர்ந்து சர்.பி.தியாகராய செட்டியார் அவர்களைக் கப்பல் பாலு செட்டி தெருவில், ஒரு வீட்டில் சந்தித்தனர். இதனால் அச்செயல்வீரர் இளவரசர் கலந்துகொண்ட இச்சட்டமன்றக் கூட்டத்தில் தானும் கலந்துகொண்டு தொழிலாளர் பிரச்சினைகளை விவாதிக்க முடியாமல் போய்விட்டது.”

1923ஆம் ஆண்டு ஜூலை 21,22 தேதிகளில் திருநெல்வேலி மாவட்டம், கோவில்பட்டியில் நடந்த இரண்டாவது தென்னிந்திய ஆதிதிராவிடர் பேரவையில் நான் ஆற்றிய தலைமையுரையிலிருந்து ஒரு பகுதியை மேற்கோள் காட்ட விழைகிறேன். அந்த மேற்கோள், சட்டமன்றத்தில் அன்று அதிகாரத்தைக் கைப்பற்றி ஆண்ட சாதி இந்துக்களால் தாழ்த்தப்பட்ட மக்கள் எவ்வாறு நடத்தப்பட்டார்கள் என்பதை, பல உண்மை நிகழ்ச்சிகளோடும் புள்ளிவிவரங்களோடும் உங்களுக்குத் தெளிவுபடுத்தும்.

“திருத்தியமைக்கப்பட்ட இச்சட்டமன்றத்தில் நீதிக்கட்சி உறுப்பினர்கள் பெருவாரியாக இருந்தும் நீதிக்காக இம்மன்றம் என்ன

செய்தது? இக்கட்சி பதவியில் அமர்ந்த ஓராண்டு காலத்துக்குள் தாழ்த்தப்பட்டோர் நலனுக்காக ஒதுக்கப்பட்ட மானியத்தில் ஒரு லட்சம் ரூபாயை வெட்டியது. இதனால் தாழ்த்தப்பட்ட மக்களின் முன்னேற்றம் குன்றிவிட்டது; பறிக்கப்பட்டது. தொடர்ந்து நீதிக்கட்சித் தோழர்கள் தாழ்த்தப்பட்டோர் நலத்துறைகளை மூடிவிட்டனர். இரண்டாவது ஆண்டில் அத்துறைகளில் பணியாற்றிய முக்கிய அதிகாரிகள் அனைவரையும் வேலையிலிருந்து நீக்கினர். இக்கொடிய செயலால் தாழ்த்தப்பட்டோர் முன்னேற்றம் முடமாக்கப்பட்டது. அந்தநிலையில் ஆதிதிராவிட ஏழை மக்களின் நிலைமையைச் சிந்திக்க வேண்டுகிறேன். நல்ல காலமாக நீதிக்கட்சியின் பதவிக்காலம் இரண்டாண்டுகளோடு முடிந்துவிட்டது. கடவுள் நம்மைக் காப்பாற்றினார். சாதி இந்துக்கள் நம்மீது பிறவிப்பகைக் கொண்டிருக்கிறார்கள். அந்த நஞ்சுக்குணம் ‘தொழிலாளர் குழப்பம்’ இம்மாநிலத்தில் ஏற்படுவதற்கு முன்னரே வெளிப்படையாகத் தெரிந்தது. அதற்கான காரணமும் அதன் விளைவுகளும் இன்றும் உங்கள் நினைவில் நீங்காமல் நிலைத்திருக்கலாம்.

நூற்றுக்கணக்கான ஆதிதிராவிட மக்கள் ஆதரவற்று, வீடிழந்து துரத்தப்பட்ட அந்நிகழ்ச்சிகளை நினைக்கும்போது எனது உள்ளம் குமுறுகிறது. தீயர்களால் நம்முடைய குடிசைகள் கொளுத்தப்பட்டன. தீயணைக்க முற்பட்ட காவல்துறையினர்கூட அக்கொடியவர்களால் தடுத்து நிறுத்தப்பட்டனர். நாம் குடியிருந்த குடிசையைவிட்டே நம்மைத் துரத்திவிட்டனர். நம் தன்னம்பிக்கையை -வாழ்விடத்தை இழந்து நாதியற்று, நீதியற்று, கேட்பார் இன்றி எங்குச் செல்வோம், எப்படி வாழ்வோம் என்ற புகலிடம் அறியாது -அந்தக் கடவுளுக்கும், கல்நெஞ்சமுள்ள மக்களுக்கும் முன்னால் அனாதைகளாய் நின்றோம்.

அத்தகைய வேளையில் அமைதியையும் ஒழுங்கையும் நிலைநாட்டும் பொறுப்பிலிருந்த அரசு, நேர்மையான உழைப்பின் மூலம் நமது வாழ்வாதாரத்தைப் (உணவை) பெற்றுக்கொள்ள விரும்பிய பாவத்தைத் தவிர வேறொரு பாவமும் அறியாததற்காக நம்மைத் தண்டிக்கவும் சட்டப்படி அமைக்கப்பட்ட ஆட்சிக்கெதிராக அவர்கள் நடத்திய பிரச்சாரத்தில் நம்மைக் கருவியாகப் பயன்படுத்திடவும் விழைந்தோரின் ஆலோசனைக்கு எதிராக நம்மைப் பாதுகாக்க நேரிட்டது.

தங்களின் போலி கௌரவத்தையும், தங்கள் கட்சியின் போலி கௌரவத்தையும் மக்களின் முன்னிலையில் காப்பாற்ற நினைத்த கட்சித் தலைவர்கள் தங்களை ‘அமைச்சரவையின் பிரதிநிதிகள்’

என்று கருதினர். அந்த உச்சநிலையில் இருந்துகொண்டு நம்மைக் 'கருங்காலிகள்' என்றழைப்பதை வேதாந்தமாகக் கொண்டு வீதிதோறும் முழங்கினர். முதலாவதாகத் தொழிற்சலைகளில் வேலை செய்தவர்களால் நடத்தப்பட்ட வேலைநிறுத்தம் வேலைநிறுத்தமே அல்ல என்று புரிந்துகொண்டோம்.

இரண்டாவதாக எந்த நிறுவனம் வேலைநிறுத்தம் செய்ய வேண்டாமென்ற நோக்கத்தோடு அமைக்கப்பட்டதோ அந்த நிறுவனத்தோடு சேர நாங்கள் அனுமதிக்கப்படவில்லை. எனவே, அவர்கள் நம்மைக் 'கருங்காலிகள்' என்றழைத்தது ஒரு இழிவுபாடேயாகும். இவ்விழிவான வார்த்தை அவர்களின் கெட்ட எண்ணத்தில் தோன்றியது என்பதே உண்மையாகும். நம்முடைய கால்கள் கருமையானவையல்ல. நம்மைத் துன்புறுத்தும் தீயவர்களின் முகங்களே கருமையானவை. எனவே கருங்காலிகள், கருமுகத்தார்கள் அவர்களேயன்றி நாமல்ல.

உண்மைத் தொழிலாளர் யாராயினும் அவர்களோடு நமக்கு எந்த சச்சரவு இல்லை. நேரடியாக நம்மைத் துன்புறுத்துபவர்கள் உண்மையில் அத்தொழிலாளர்கள் அல்ல. ஆனால், அவர்கள் அரசியல் கலகக்காரர்கள் கைகளில் சிக்கிய கைப்பொம்மைகள். நாம், நம்போன்ற தொழிலாளர்களைச் சாதி இந்துக்காளாயினும் குறை கூறவில்லை; அவர்களும் நம்மைப் போலவே இல்லாமையில் சிக்கி, அல்லலுற்று அவலம் தீர அவசர வழிகளைத் தேடி அலையும் மக்களாவர். ஒரு அரசியல் கட்சி தனது எல்லையில்லாத செயலால் மக்களை வெளிப்படையாகவும் உள்ளூரவும் நமக்குத் துன்பம் விளைவிக்கும்படி தூண்டிவிட்டு நமக்காக முதலைக்கண்ணீர் வடிக்கிறது. தாழ்த்தப்பட்ட மக்களின் நண்பன் என்று வெளிவேடம் போடுகிறது. இச்சூழ்நிலையால் நாம் நமக்குள் வேறுபட இடமே இருக்கக் கூடாது. நம் கொள்கையோடு நாம் கைகோத்துச் செல்ல வேண்டும்.

இப்போது அதிகாரத்திலிருக்கிற கட்சி நம்முடைய தாழ்த்தப்பட்ட மக்களுக்காகப் பல நன்மைகளைச் செய்தது என்று கேள்விப்பட்டபோது வியப்பில் ஆழ்ந்துபோனேன். ஆதிதிராவிடர்களின் செலவிற்காகச் சில மானியங்களையும் ஒதுக்குகிறது என்று சில அரசியில்வாதிகள் என்னிடம் கூறினர். இது அவர்களது பெருந்தன்மையால் வந்தது என்பதா அல்லது பெருந்தன்மையற்ற ஒரு சில தனியார் வினையென்பதா என்று எனக்கே புரியவில்லை. ஒருவர் தன்னை ஒரு தாழ்த்தப்பட்டவன் என்றும், தாழ்த்தப்பட்டவரின் பிரதிநிதி என்றும் கூறிக்கொண்டு,

அரசாங்கம் நமக்காகச் செய்வதாகக் காட்டும் பல காரியங்களின் புள்ளி விவரங்களையும், பல திட்டங்களையும் பொதுமக்களிடையே பேசி அவற்றை அம்மக்கள் புரிந்துகொள்ள அரும்பாடுபடுகிறார்.

இதே சூழ்ச்சிக் கொள்கையை மக்கள்முன் வைத்துத்தான் கபட நாடகமாடி நீதிக்கட்சிக்காரர்கள் ஆட்சிக்கு வந்தனர். நமக்காக ஒதுக்கப்பட்ட தொகை, நம் நலனுக்காகக் கையாளும் முறை, துறை என்று காணப்படும் வரவு செலவு புள்ளிவிவரங்கள் யாவும் உண்மையானவை அல்ல; பொய்யே. மேலும் உண்மையாகக் கூறப்போனால் 'ஒதுக்கப்பட்ட இலாக்காக்கள்' ஆட்சியாளரிடம் கேட்ட செலவு புள்ளிகளைத்தான் நமக்காகச் செலவிடப்படுவதாய் வெளியிடுகின்றனர். ஆனால் உண்மையில் அந்தப் புள்ளிவிவரப்படி இவர்கள் நமக்குச் செலவிடவில்லை. தனது கட்சித் தாழ்த்தப்பட்டோருக்குச் செலவிடும் புள்ளிவிவர நகலில், அதன் பெருந்தன்மைகளைக் கூறும் அறிக்கையில் இவை யாவும் உண்மையென உறுதிப்படுத்த நம் இனத்தைச் சேர்ந்த ஒருவரைப் புகழ்பாடச் செய்வது பெருத்த சூழ்ச்சியேயாகும்.

தங்களுடைய செயல்களைத் திரித்துக் கூறும் நீதிக்கட்சியின் வர்க்கப் புத்திக்கும், அநீதிக்கும், உண்மைகளை மறைத்துப் போலிச் செயலுக்காக ஆதிதிராவிடரைத் துணைக்கு அழைக்கும் போக்கிற்கும் 'அரசியல் சூழ்ச்சி' என்றுதான் பெயர். 'வரவு செலவு திட்டம்' எப்படித் தயாரிக்கப்படுகிறது என்று உங்களுக்குத் தெரியும். அடுத்த ஆண்டின் வரவு செலவுகளை நடப்பு ஆண்டிலேயே தயாரித்துவிடுவார்கள். இப்புள்ளிவிவரங்களைச் சம்பந்தப்பட்ட இலாக்காக்கள் தயாரித்து அரசாங்கத்திற்கு அனுப்பும். அவ்வாறு அனுப்பும்போது மேலும் தேவைப்படும் தொகைகளையும், அதைச் செலவிடுவதால் அடையும் நன்மைகளையும் அப்புள்ளிவிவரத்தில் காட்டும். இதை உத்தேச வரவு செலவு பட்டியல் என்றழைக்கிறோம்.

இந்த உத்தேச வரவு செலவு கணக்கை 'நிதிக்குழு' முன்வைப்பர். இந்த நிதிக்குழுவில் பொருளாதார நிபுணர்களோடு கட்சியைச் சேர்ந்த உறுப்பினர்களும் இருப்பார்கள். 'குறைந்தபட்ச தேவை'களைக் கேட்டுத்தான் இதன் விவரங்களைத் தயாரிக்க வேண்டும். அது பொதுவாக மாநிலம் முழுமைக்குமாகக் கணக்கிடும்போது நட்டத்தில் முடியக் கூடாது. குறைந்தபட்சப் புள்ளிவிவரமே அரசாங்கத்தால் ஏற்கப்படும். இவ்வாறு முதன்முதலாகப் புள்ளிவிவர இலாக்காவால் தயாரிக்கப்படும் இந்த வரவு - செலவுத் திட்டம், ஆட்சிப் பீடத்திலிருக்கும் கட்சியால்

ஏற்றுக் கொள்ளப்பட்ட பின் 'நிதிக்குழு'விற்கும், பின் சட்டசபை விவாதத்திற்கும் அனுப்பப்படும்.

1921-22ஆம் ஆண்டில் 6.47 லட்ச ரூபாய் செலவிட உத்தேசித்து, தொழிலாளர் நலத்துறையும் மற்ற துறைகளும் கேட்டன. இந்த வேண்டுகோள் சட்டமன்றத்திற்கு வந்தது. இச்சட்டமன்றம் 6.47 லட்சம் மானியம் கோரியதை ஒரு லட்சமாகக் குறைத்தது. 1922-23ஆம் ஆண்டில் 12.25 லட்சம் தொழிலாளர் நலத்துறைக்கும், அதுபோன்ற மற்ற துறைகளுக்கும் தேவையெனக் கோரியபோது நிதிக்குழு இதை 7.87 லட்சமாகக் குறைத்தது. இந்த மொத்தத் தொகையில் (7.87 லட்சம்) 3.25 லட்சம் கூட்டுறவு சங்கங்களுக்குக் கடனுதவி செய்ய வேண்டும். இந்த 3.25 லட்ச கடனைத் தவணைகளாக அரசாங்கத்திற்கே திருப்பித் தர வேண்டும். 7.87 லட்சம் என்பது சட்டமன்றத்திற்கு வரும்போது 21,380 ரூபாயாகக் குறைக்கப்பட்டது.

1923ஆம் ஆண்டும் நிதிக்குழு ஒதுக்கப்பட்ட தொகையில் 1.23 லட்சத்தைக் குறைத்தது. 08.01.1923இல் கூடிய செயற்குழு, நடைமுறை அறிக்கையில் கண்ணோட்டம் செலுத்தினால் இவ்வாறு எடுத்த எடுப்பில் ஒவ்வொரு படியிலும் உத்தேச செலவுத் தொகையை ஏன் குறைக்கிறார்கள் அல்லது வெட்டுகிறார்கள் என்பதற்குக் காரணமே இருக்காது."

நாட்டாண்மைக் கழகங்களும், நகராட்சிகளும், அவற்றில் நமக்கிருக்கும் பிரதிநிதித்துவங்களும், இன்று புகழ்வாய்ந்த தலைவர்கள் என்று அழைக்கப்படுவோரின் கரங்களில் இருக்கின்றன. இத்தலைவர்கள் நமக்கு என்ன செய்துவிட்டார்கள் என்று உங்களுக்கே தெரியும். தற்போதுள்ள நாட்டாண்மைக் கழகத் துறைகளில் ஆதிதிராவிடர்களுக்குப் பிரதிநிதித்துவம் அளிக்கும் இத்திட்டத்தைக் கூட இன்று ஆட்சிப் பீடத்தில் இருக்கும் அமைச்சரவையால் நமக்கு வழங்கப்படவில்லை. அதற்கு முன்பே வேறு ஒருவரால் வழங்கப்பட்ட ஒன்றாகும். இவர்கள் ஒரே ஒரு இடத்தைக்கூட நமக்குப் புதிதாக ஒதுக்கவில்லை. எனவே, ஒவ்வொரு நகராண்மைக் கழகத் துறையிலும், நகராட்சி மன்றத்திலும் ஒரே சீரான பிரதிநிதித்துவம் நமக்குக் கிடைக்கவில்லை. கண்மூடித்தனமான நியமனங்கள் செய்யப்பட்டன. நான் இதனைச் சுட்டிக்காட்டி தகுதியுள்ள வேட்பாளர்களை நியமிக்கும்படியும், நேர்மையாக ஆதிதிராவிடர்களுக்குச் சேர வேண்டிய இடங்களை நிரப்பும்படியும் கேட்டேன். இந்த இலாகா அமைச்சர் தன்னுடைய பொறுப்பைத் தட்டிக்

கழித்துவிட்டார். இதனால் நானும் அவரிடமிருந்தும், நகராண்மைக் கழகத் தலைவர்களிடமிருந்தும் போதிய நீதியைப் பெற முடியவில்லை.

ஆதிதிராவிடருக்கு ஒதுக்கப்படும் இடங்கள், குறிப்பிட்டத் துறைகளை மாநில அரசுகளுக்கு ஒதுக்கப்படுவதற்கு முன்பிருந்தே (1919) நகராண்மைக் கழகத் தலைவர்கள், மாவட்டக் கழகத் தலைவர்கள், வட்டத் தலைவர்கள் ஆகியோரின் கைகளில் இருந்தன. குறிப்பாக மாநில சுயாட்சி ஏற்படுவதற்கு முன்பே, இவர்களின் தயவில்தான் நமக்கு ஒதுக்கப்பட்ட இடங்கள் இருந்தன. நகராண்மைக் கழக சுயாட்சி கொடுத்தவுடன் அமைச்சர்கள் அதிகாரத்தில் அமர்ந்தனர். இவர்கள் பழையபடி நாம் எங்கு எப்படி இருந்தோமோ, அதே இடத்திற்குத் துரத்தினார்களே ஒழிய நமது பங்கைக் கொடுக்கவில்லை. சில சமயங்களில் கொடுக்கப்பட்ட இடங்களை மீண்டும் அவர்களே கைப்பற்றிக்கொண்டனர்.

திருவண்ணாமலை நகராண்மைக் கழகத்தில் நம் பிரதிநிதி இறந்தபோதும், செங்கல்பட்டிலும் கடலூரிலும் வட்டக் கழக உறுப்பினர்கள் பதவி இழந்தபோதும் நமக்கே உரித்தான இவ்விடங்கள் சாதி இந்துக்களால் மீண்டும் நிரப்பப்பட்டன.

சென்ற ஆண்டு இறுதியில், அரசினர் ஆரம்பப் பள்ளிகளில் படிக்கும் ஏழை ஆதிதிராவிட மாணவர்களுக்கு மதிய உணவு வழங்க வேண்டும் என்று சென்னை மேல் சபையில் ஒரு திட்டத்தைக் கூறினேன். உங்களுக்கெல்லாம் தெரியும் நம்முடைய இளஞ்சிறார்கள் எத்தகைய ஏழ்மையில் உழன்று பகல் உணவுகூட இன்றி பள்ளிக்குச் செல்கிறார்கள் என்று! என்னுடைய இந்தத் திட்டம் நிதிக்குழு முன் வைக்கப்பட்டதாக அறிந்தேன். நிதிக்குழுவில் இருக்கும் பெரும்பாலான உறுப்பினர்கள், ஏற்கெனவே கூறியதுபோல் அதிகாரத்திலிருக்கும் கட்சியைச் சேர்ந்தவர்களே. இதுபற்றி நிதிக்குழு கீழ்க்கண்ட அறிக்கையை விடுத்தது:

"ஆதிதிராவிடர் மற்றும் தாழ்த்தப்பட்ட இனத்தாரின் மாணவர்களுக்கு மதிய உணவு வழங்கும் திட்டத்திற்குக் கல்வி இயக்குநர் கணக்குப்படி ஆண்டிற்கு ரூ. 67 லட்சம் செலவாகும் என்ற இந்தத் திட்டத்தை நிதிக்குழு சிபாரிசு செய்து ஏற்க மறுக்கிறது."

இதனைப் படிக்கிறபோது, 'எதிர்பார்க்கும் செலவினம்' அல்லது உத்தேசச் செலவினம் என்பதனை என்னால் புரிந்துகொள்ளவே முடியவில்லை. 'திட்டம்' என்று பெயருக்கு அழைக்கப்படும் இதனை

நிறைவேற்றும் பொருட்டுப் பலர் உறுப்பினர் பதவி பெறவும் மாண்புமிகு அமைச்சர்கள் அவற்றில் இடம்பெறவுந்தான் பல செயற்குழுக்கள் அமைக்கப்பட்டனவோ என்று ஐயப்படுகிறேன். அதற்குப் பிறகு -தயாரிக்கப்பட்ட அத்திட்டத்தின் நகலொன்றைத் தரும்படி சட்டமன்றத்தில் கேட்டேன். "ஆதிதிராவிட மாணவர்களுக்கும் பிற தாழ்த்தப்பட்ட மாணவர்களுக்கும் மதிய உணவு வழங்கும் இத்திட்டத்தை இன்னும் இதுவரை திட்டவட்டமாகத் தீட்டவில்லை" என்று கல்வி அமைச்சர் பதிலளித்தார். எனது கேள்வி தோற்கத்தான் வேண்டும், எப்போது பனகல் ராஜாவோ அல்லது பாத்ரோவோ கல்வி அமைச்சர்களாக இருந்தால்...!

ஆனால், தீட்டப்படாத திட்டம், நிதிக்குழுவின் ஆய்வுக்காக அனுப்பப்பட்டு, அதற்காகும் உத்தேசச் செலவு 67 லட்சம் என்று கணக்கிடப்பட்டு, விவாதத்திற்குச் சட்டமன்றத்தின் முன்பும் வைக்கப்பட்டிருக்கிறது! முறைப்படி தீட்டப்பட்டு, விவாதிக்கப்பட்டு, நிதிக்குழு ஆய்வுக்காகச் செல்லாத அத்திட்டம், திட்டமாகாது.

சிதம்பரம் வட்டாரக் கழகம் (தாலுகா போர்டு) ஏன் ஆதிதிராவிடரை நியமிக்கவில்லை என்று ஸ்தல ஸ்தாபன அமைச்சரைக் கேட்டபோது அவர் கூறிய காரணம் என்னவென்றால்:

"சிதம்பரம் வட்டாரக் கழக அலுவலகம் ஒரு சாதி இந்துவுக்குச் சொந்தமான வாடகைக் கட்டடத்தில் அமைக்கப்பட்டிருக்கிறது. அவர் தன் கட்டடத்தில், ஆதிதிராவிடர் நுழைவதை விரும்பவில்லை. எனவே, ஆதிதிராவிடருக்குத் தாலுகா போர்டு சபையில் பிரதிநிதித்துவம் கொடுக்கவில்லை" என்கிறார்.

இந்தப் பதிலைக் கூறிய மாண்புமிகு அமைச்சர் அவர்களைப் பார்த்து ஒன்றன் பின் ஒன்றாகப் பல கேள்விகளைக் கேட்டேன். பொது இடமென்றால் எல்லா இனத்தவரும் கலந்து உரையாற்ற வேண்டிய இடமாகும். அரசாங்க அலுவலகத்தில் வேறுபாடு காட்டக் கூடாது என்ற அரசாங்கச் சட்டமே இருக்கும்போது இவ்வாறு எதிரிடையாக நடப்பது ஏன் என்பன போன்ற ஆறு கேள்விகளைக் கேட்டேன். இவை அனைத்துக்கும் மொத்தமாக மாண்புமிகு அமைச்சர் "அரசாங்கத்திற்கு இதுபற்றித் தகவல் இல்லை" என்று கூறினார். இத்தகைய அக்கறையற்ற போக்கால் அமைச்சர்களின் பொறுப்பு நம் ஆதிதிராவிட இனத்தின்பாலிருக்கிறதா என்பதை நன்கு அறியலாம்!"

இத்தகைய உண்மையான, துயரமான பல சான்றுகளைக் கொண்டு நமது கட்சிக்கும் நமக்கும் நமது அரசியல் வாழ்வுக்கும் ஏற்பட்டுள்ள பேரிழப்பின் சோக ஏடுகளைச் சுமந்த வண்ணமாகவே நமது வரலாறு நகர்கிறது என்பதை எண்ணிப் பார்த்தீர்களா! 'வகுப்புவாரி பிரதிநிதித்துவம்' என்ற பெயரால் செய்யப்படும் எந்தத் திட்டத்திலும் மருந்துக்குக்கூட உண்மையில்லை. ஆனால், உண்மையில் நிலைத்திருப்பது 'வகுப்புவாத ஏகாதிபத்தியமும் சாதியின் கொடுங்கோன்மை'யுமே ஆகும்.

எப்பொழுதுமே தற்காலிக இலாக்காவாக அமைக்கப்பட்டுள்ள தாழ்த்தப்பட்டோர் நல இலாக்காவுக்கான செலவினப் புள்ளிவிவரங்கள் வரவு - செலவு விவாதத் தொடர் கூட்டத்தில் வைக்கப்பட்டது. இந்தத் துறையை ஒழிக்க வேண்டுமென்றும் ஆண்டுதோறும் புதுப்பிக்கக் கூடாதென்றும் சாதி இந்துக்கள் சென்னை சட்டமன்றத்தில் வாதாடினர்.

இந்தத் துறைக்கான நிதி ஒதுக்கீடும் வேறு துறைகளுக்குமான நிதி ஒதுக்கீடுகளும் சட்டமன்றத்தில் விவாதிக்கப்பட்டு நிறைவேற்றப்பட்டன. தொழிலாளர் நலத்துறைக்கான நிதி ஒதுக்கீட்டை விவாதிக்குமுன் நிதி ஒதுக்கீட்டு கோரிக்கைகளுக்காக ஒதுக்கப்பட்டிருந்த நேரம் முடி வடைந்துவிட்டது. அதிர்ஷ்டவசமான இந்நிகழ்ச்சியின் காரணமாகவே தாழ்த்தப்பட்டோர் நலத்துறைக்கான நிதி ஒதுக்கீட்டை ஒழிக்கத் திட்டமிட்டிருந்தவர்களின் சதி முறியடிக்கப்பட்டுவிட்டது. தாழ்த்தப்பட்டோர் நல இலாகாவும் 'ஒதுக்கப்பட்ட இலாகா'க்களும் ஒன்றுக்கொன்று தொடர்புடைய முறையில் அமைந்திருந்தமையால் தாழ்த்தப்பட்டோர் நலத்துறையைச் சாதி இந்து அமைச்சரவையின் அதிகாரத்திற்குள் கொண்டுவர வேண்டுமென்று பெரும் முயற்சிகள் மேற்கொள்ளப்பட்டன. இவர்கள் 'ஒதுக்கப்பட்ட துறை'களின் ஏகபோக உரிமை கொண்டது போலவே இந்த இலாகாவையும் தங்களுக்குக் கீழ் கொண்டுவந்து ஒடுக்கிவிடாமல் இருக்க நாம் பலமாக எதிர்த்து, தோற்கடிக்க வேண்டும். இந்த இலாகாவுக்கு மேலும் பல அதிகாரங்களை வழங்க வேண்டும். இது முழுக்க முழுக்க ஆங்கிலேயரின் கையில்தான் இருக்க வேண்டும்.

சாதி இந்து அமைச்சர்களின் அதிகாரச் சாயலோ, செல்வாக்கோ சிறிதுகூட இதில் பாயாமல் இருக்க வேண்டும். இந்த இலாக்கா ஒருதனி இலாகாவாகவே இயங்க வேண்டும். இதற்கென்று தனி வரவு - செலவுத் திட்டம் தயாரிக்க வேண்டும். பொது வரவு செலவுத் திட்டத்தின் பகுதியாக இருக்கக் கூடாது. இதனை மேன்மைமிகு

ஆளுநர் (கவர்னர்) அவர்கள் கண்காணிக்க வேண்டும். இதற்கென அவருக்கொரு ஆலோசனைக் குழு அமைக்கப்பட வேண்டும். இதில் ஆளுநர் தலைவராகவும், தாழ்த்தப்பட்ட நல இலாகா ஆணையர், ஆதிராவிட மக்களின் தலைவர்கள் முதலியோர் உறுப்பினர்களாகவும் இருக்க வேண்டும். இவ்வாறு செய்தால் இத்துறை கெடாது. உறுப்பினர்கள் தாழ்த்தப்பட்டோர் ஆதலின் அவர்களைக் கலந்து அவர்களுக்காகச் செயல்பட மேன்மைமிகு ஆளுநருக்கு எளிதாகவும், பயனுள்ளதாகவும் அமையும். அப்போதுதான் தாழ்த்தப்பட்டோர் நல இலாகா, தாழ்த்தப்பட்டோரால் தாழ்த்தப்பட்டவர்களுக்காக நடத்தப்படும் உண்மைத் துறையாக இருக்கும்.

தென்னிந்தியாவில் அரசியல் சீர்திருத்தம் தலைதூக்க ஆரம்பித்திருக்கிறது. இந்த ஆரம்ப நிலையிலேயே சீர்திருத்தத்தின் பேரால் பிராமணர் அல்லாத சாதி இந்துக்களின் கட்சி பல நகராண்மைக் கழக மன்றங்களிலும் இடம்பெற்று தங்களைத் தாழ்த்தப்பட்ட வகுப்பாரின் பாதுகாப்பாளர்கள் என்று கூறிக்கொண்டு செய்யும் செயல்களைப் பார்த்தால் வேதனையாக இருக்கிறது. அவர்களின் நயவஞ்சகச் செயல்களால் தாழ்த்தப்பட்டோர் முன்னேற்றம் தடைபடுகிறது. உழைப்பாளர் மிகுந்துள்ள தென்னிந்தியாவில் தாழ்த்தப்பட்டோர் அவ்வுழைப்பாளரின் முதுகெலும்பு ஆவர். இந்த முதுகெலும்பு சாதி இந்துக்களால் ஒடிக்கப்படுகிறது; அதன் நம்பிக்கைகளும் ஞானமும் தேய்வுபடுகின்றன. இதனால்தான் இந்தியாவிலுள்ள தலைவர்கள், எளியோர் - தாழ்த்தப்பட்டோர் உரிமைகளையும் நலன்களையும் காப்பார்கள் என நம்பவே கூடாது என்று அயல்நாட்டார் மிக உண்மையாக அன்றே கூறினார்.

அவனுக்கு அடுத்து நாமும் சுயாட்சிக்குத் தகுதியுள்ளவன் என்பதினை நம்ப மறுக்கிற ஒருவன் சதா எமனோடு போராடிச் சாகிறவனாகிறான். அதோடு அவன் "நமக்குச் சுயாட்சித் திறமை இல்லை" என்று மற்றவர் முன்னிலையிலும் கூறுவதால் இந்தத் தன்னம்பிக்கையற்ற மனப்பான்மை செவிவழி பரவி எல்லோர் மனதிலும் வேரூன்றிவிடுகிறது. இதனால் மக்களைச் "சுயாட்சி செய்வோம்" என்ற நம்பிக்கைக்கு அருகே கொஞ்சம் கொஞ்சமாக அழைத்துச் சென்றாலும் பயனற்றதாகிவிடுகிறது.

அதே மனிதன் இன்று, "நாமெல்லாம் நம்மை நாமே ஆளத் தகுதியுடையவர்கள்" என்றும் இனி ஆங்கிலேயர்கள் இங்கு உடனிருக்க தேவையில்லை என்றும் கூறுகிறான். இவனது முரண்பட்ட கூற்றால் நமது

முன்னேற்றம் தடைபடுகிறது. எல்லா அதிகாரிகளும் இந்தியர்களாகவே இருக்க வேண்டும் என்றும் கூறப்படுகிறது. இந்த 'இந்தியர் மயம்' உடனே தொடங்கப்பட்டு உடனடியாகச் செயல்பட்டு முடிவுபெற வேண்டுமாம். இக்கனவு செயல்பட்டால் இந்தியாவில் நமக்குச் 'சோகக் கட்டம்' தொடங்கிவிட்டது என்பது பொருள்.

'இந்தியர் மயம்' ஆக்கும் இத்திட்டம் தேசபக்தியோடு உச்சரிக்கப்படும் வார்த்தைதான். 'இந்தியாவிலுள்ள எல்லாத் துறைகளிலும் இந்திய அதிகாரிகளே இருக்க வேண்டும்' என்ற எதிர்ப்புக் கிளர்ச்சியை ஒருசில படித்த இந்தியர்கள்தாம் நடத்துகின்றனர். பெரிய அதிகாரிகளாக உள்ள சில இந்தியர்களின் இனிய அவாவினைப் பூர்த்தி செய்ய இத்தகைய கிளர்ச்சி ஏற்பட்டது எனலாம்.*

ஆங்கிலேயன் ஓர் அந்நியன். இந்தியாவை இன்னும் ஓராயிரம் ஆண்டுகள் ஆண்டாலும் இங்குள்ள இந்தியரின் உள்ளக்கிடக்கையை உள்ளபடி அறியமாட்டான். ஆனால், நாம் ஒருவரை ஒருவர் ஆழமாக அறிவோம். அவன் ஐரோப்பாவைச் சேர்ந்தவன். ஆனால், இந்தியாவையும் ஆளுபவன். தன் நாட்டில் 'பொதுமக்கள் கருத்து' என்பதனை அவன் உளமாற அறிவான். அதுவே அந்நாட்டு மக்களின் கருத்து என்பதை அவனால் நன்கு உணரமுடிகிறது. தன்னுடைய கருத்துக்கும், கோட்பாட்டுக்கும், கடமைக்கும், தன் நாட்டிற்கும், தன் மக்களுக்கும் உள்ள தொடர்பினை ஆழமாகவும் உண்மையாகவும் அறிவான். அதே பொதுமக்கள் கருத்து என்பதைச் சில இந்திய அரசியல்வாதிகளின் கூச்சல்களிலிருந்து அவன் அறியும்போது, இக்கூச்சலின் பிரதிபலிப்பே இந்தியாவில் உள்ள 'பொதுமக்கள் கருத்து' என்று கொள்வானேயானால் அது பிழையாகும்.

ஆனால், அவன் இந்த அரசியல்வாதிகளின் வேடத்தை நம்பி விடுகிறான். சாணிக்குப்பையைக் கிளறிக் கொழுத்த அந்தக் கோழிகள்

** 'இந்தியர் மயம்' என்ற கொள்கையை அன்றைய தேசிய காங்கிரஸ் ஏற்றிருந்தது. அதை லாலா லஜபதிராய் கீழ்க்காணும் விதம் கூறுகிறார். "காங்கிரஸ் இயக்கம் மக்களின் உணர்ச்சியினால் தூண்டப்பட்டோ, அவர்களுடைய யோசனையின்படியோ ஏற்படவில்லை. அதை நடத்துவதாகச் சொல்லிக்கொண்ட இந்தியர்களோ ஒன்று அரசாங்கத்தின் கீழ் உத்தியோகம் வகித்தவர்கள்; அல்லது அரசாங்க உத்தியோகங்களுக்கு அநுசரணையான அரசாங்கத்தினால் உண்டுபண்ணப்பட்ட & தொழில் புரிந்துவந்தவர்கள்.

லாலா லஜபதிராய் & 'யுவ பாரதம்' (தமிழாக்கம்) 1937 பக்.220&21

1886ஆம் ஆண்டு தேசிய காங்கிரசின் 2ஆவது மாநாட்டில் தாதாபாய் நெளரோஜி அவர்களின் உரையும் இங்கே நினைவுகூரத்தக்கது.

கைகளில் முக்கியமான அரசியல் துறைகளை ஒப்படைக்கிறான். இந்த அரசியல்வாதிகள் தங்களைப் 'பொதுமனிதர்கள்' என்று அழைத்துக்கொள்கிறார்கள். ஆனால், இவர்களுக்கும் பொதுமக்களுக்கும் எந்தத் தொடர்புமில்லை.

நாய்க்குச் சிறு கவளம் போட்டவுடன் குரைப்பதை நிறுத்திவிடும். இந்த உதாரணத்திற்கேற்ற பல சம்பவங்களை நாம் கடந்தகால இந்திய வரலாற்றில் கண்டிருக்கிறோம். தேசபக்தியால் உந்தப்பட்ட உண்மையான தேசபக்தர்கள் என்று கூறிக்கொண்டு திடீரெனப் பல கிளர்ச்சிகளில் ஈடுபெற்றனர். 'மக்களாட்சி', 'சுயாட்சி', 'ஒத்துழையாமை' என்று இவர்களது தேசபக்தி திடீரெனத் தோன்றும், திடீரென மறையும். இவர்களுக்குச் சுவை மிக்கதும் உயர்ந்ததுமான ஓர் அரசாங்க வேலையைக் கொடுத்தால் இவர்களது தேசபக்தி இறக்கைக் கட்டிக்கொண்டு இருக்குமிடம் தெரியாமல் எங்கெங்கோ மூலை முடுக்கெல்லாம் ஓடி முடங்கிப்போய்விடுகிறது. நம் தேச பக்தனின் சுவை, பக்தி யாவும் புதிதாகக் கிடைத்த அந்தப் பதவியிலேயே லயித்துவிடுகின்றன. அப்போதுதான் அவனுடைய உண்மையான உருவமும் வண்ணமும் புலப்படுகின்றன. கீழ்த்தரமான சுயநல வேட்கை என்பது இவனது வாழ்வின் நோக்கமாகும். இவன் வாக்காளர்களிடம் சென்று வாக்குச் சீட்டுகளைக் கேட்கும்போது மேலை நாட்டானின் அதிகார வர்க்கத்தின் கீழ் எந்தவித பணியையும் பெற்றுக்கொள்ள வகைதேடிடும் 'பெருங் குற்றத்தைச் செய்ய மாட்டேன்' என்று கொடுத்த வாக்குறுதியைச் சிறிதுகூட பிறகு அவன் சிந்திப்பதில்லை.

நாட்டின் தற்கால சூழ்நிலையைக் கருத்தில்கொண்டு நோக்குங்கால் இந்தியமயம் என்பது திறமையற்ற நிலை என்றே பொருள்படும். இந்தியமயமாக்குதல் என்பது எக்காரணம் கொண்டும் நிர்வாகத்தின் தன்மையை இந்தியமயமாக்கி நிர்வாகத்தில் பிரிட்டிஷ் தன்மையை நீர்த்துப் போகச் செய்வதாகிவிடக் கூடாது. பிரிட்டானியர் அமைத்துள்ள அரசியலமைப்பு முறை நிலைத்திருக்க வேண்டும். நீதி, உரிமை, முன்னேற்றம் போன்ற சொற்களின் உயர்ந்தக் கோட்பாடுகளை இன்று இந்த நாட்டில் நடமாடவிட்டிருப்பது பிரிட்டானியர்களே ஆவர். இந்தியர்கள் சாதிவெறியர்கள். இவர்களின் பொறுப்பில் பெரிய பதவிகள் வரும்போது சாதியக் கண்ணோட்டத்தில்தான் நடப்பார்கள். இதனால் திறமையற்ற நிலைமை ஏற்பட்டு நிர்வாகம் கெடும். ஆங்கிலேயன் அந்நியன். ஆனால், அவனிடம் சாதி வெறியில்லை. எனவே நிர்வாகத்தில்

எந்தக் காரியத்திலும் திறமையாகவும் பாரபட்சமின்றியும் அவன் நடந்துகொள்கிறான்.

நிர்வாகத்தின் பிரிட்டிஷ் தன்மை தொடர்ந்து பாதுகாக்கப்பட வேண்டும். பிரிட்டிஷாரின் கொள்கைகளான நீதி, உரிமை, சமத்துவம், முன்னேற்றம் ஆகியவை இந்நாட்டின் அரசாங்கத்தை இயக்கும் சக்திகளாக விளங்க வேண்டும். இந்தியன் குறுகிய குழு உணர்வு கொண்டவன். இந்தியர்கள் ஆட்சிப் பொறுப்பில் உயர் பதவிகளில் அமரும்போது அவர்கள் திறமையற்ற நிலைக்குத் தங்களை வழிநடத்தும் அளவிற்கு மற்றவர்களின் நெருக்கடிகளுக்கு இணங்குகிறவர்களாய் இருப்பார்கள். ஐரோப்பிய அதிகாரியோ நடுநிலை தவறாமல், நிர்வாகக் காரியங்களில் ஒருதலைப்பட்சமாக முடிவு செய்யாதிருப்பார். டெல்லியிலுள்ள நிர்வாகச் சீர்திருத்த விசாரணைக்குழுவிற்கு நான் சமர்ப்பித்த கோரிக்கை ஐரோப்பிய இளைஞர் ஒருவர் இங்கிலாந்தில் பெரும்பயிற்சியின் தன்மையைக் காட்டும்.

"முதலாவது நாம் ஐ.சி.எஸ். பயிற்சியை எடுத்துக்கொள்வோம். இங்கிலாந்திலிருந்து வெளியே வருகிற ஒரு மனிதர் பொதுவாக இங்கிலாந்தில் உள்ள புகழ்பெற்ற இரு பல்கலைக்கழகங்களான ஆக்ஸ்போர்ட், கேம்ப்ரிட்ஜ் ஆகியவற்றுள் ஏதேனும் ஒன்றில் தமது கல்வியை முடித்திருப்பர். அத்தகைய மனிதர் இதற்குமுன் பெறும் பயிற்சியைப் பார்ப்போம். பொதுவாக அவர் இங்கிலாந்தில் உள்ள சிறப்புவாய்ந்த உயர்நிலைப் பள்ளிகள் ஏதேனும் ஒன்றில் பயில்வார். பள்ளிக் கல்வியை முடிக்கும்போது அவருக்கு வயது பதினாறாக இருக்கும். இதுபோன்ற உயர்நிலைப் பள்ளிகள் எவ்வகையான மாணவரைத் தயாரித்து அனுப்புகின்றன? இங்கிலாந்தைச் சேர்ந்த என்னுடைய நண்பர்களில் பெரும்பாலானவர்களுக்கு இக்கேள்விக்கான பதில் தேவையில்லையெனினும் கூட, எனது நாட்டவரில் பலரும் அதுபற்றி சிறிது அறிந்துகொள்வதில் மகிழ்ச்சி அடைவர். சுருங்கக் கூறின், அம்மாணவர்கள் தங்களது குணநலன் முழுமையாக வடிவமைக்கப் பட்டு, வாழ்க்கைப் போராட்டத்தை பரிவுணர்வால் நெறிப்படுத்தப்படும் தைரியம், இரக்கத்தால் நெறிப்படுத்தப்படும் தைரியம், இரக்கத்தால் நெறிப்படுத்தப்படும் நீதி, பொறுமையால் நெறிப்படுத்தப்படும் ஊக்கம் ஆகிய பண்புகள் நிறைந்தவர்களாகப் பள்ளிகளிலிருந்து வெளியேறுவார்கள். இக்குணநலன்கள் அனைத்தும் உயரியதொரு கடமையுணர்வு, பணியின் சிறப்புப் பற்றிய உயர்ந்த சிந்தை, உயரிய

கடமையுணர்வு ஆகியவற்றால் உந்தித்தள்ளப்பட்டிருக்கும். இளைஞரின் மனதில் தைரியத்தை ஏற்படுத்துவதில் அவர்கள் கவனம் செலுத்துவார்கள். தைரியம் என்றால் காட்டுமிராண்டித்தனமான தைரியமல்ல, எஞ்ஞான்றும் அறிவாலும் கலவரமற்ற தெளிந்த சிந்தையாலும் நெறிப்படுத்தப்படும் தைரியமும், இறுதி முடிவு எடுக்கையில் முழுக்க முழுக்கத் தன்னுடைய சுயாதீனமான எண்ணத்தின் அடிப்படையில் எடுக்கும் திறமும், தேவைப்படும் வேளைகளில் நியாயமான ஆலோசனைகளைக் கேட்டுப் பெற்றுக்கொள்ளும் தாழ்மையும் உடையவராய் இருப்பர். ஊக்கத்துடன் செயல்பட்டு ஒருங்கிணைந்த சிந்தையுடன் காலந்தாழ்த்தாது கடினமான தமது பணியில் முழு ஈடுபாடு கொண்டு தமது மேலதிகாரி சமூக நிலையில் எத்தகையவராயிருப்பினும் அவருக்குக் கீழ்ப்படிந்து நடப்பார். சட்டம், நன்மதிப்பு, நீதி பற்றிய நுண்ணுணர்வுடன் செயல்படுவார்.

மேலே தரப்பட்டுள்ள திறன்களுடன் உயர்நிலைப் பள்ளியிலிருந்து மாணவர் வெளியேறுவார். அவர் பல்கலைக்கழகத்தில் சேர்ந்து ஒரு பாடப்பிரிவில் தனித்திறம் பெறுவார். அங்கிருக்கும் காலக்கட்டத்தில் அவர் ஓர் இளைஞன் அன்று. உலகத்தில் செய்யப்போகும் வேலையை ஓரளவுக்குச் செய்யத் தொடங்கியிருக்கும் மனிதர். சில தனித்துறையில் உயரிய வகையில் தனது அறிவைப் பெருக்கிக்கொள்வதன் மூலம் அவ்வேலைக்குத் தன்னைத் தகுதிப்படுத்திக்கொள்கிறார். அங்கே மாணவர்கள் நன்கு வளர்ந்த மனிதரைப் போன்று ஒருவரோடொருவர் பழகுகிறார்கள். பல்கலைக்கழகத்தைவிட்டு வெளியேறிய பின்னர் தங்களது வாழ்நாள் முழுக்கச் செய்யவிருக்கும் பணியின்போது அவர்களிடம் காணப்படவிருக்கும் கருத்தாழமிக்க ஆர்வத்துடன் உலகின் பெரும்பிரச்சினைகளை விவாதிக்கிறார்கள். பேரவைக் கூட்டங்களுக்கு நாடாளுமன்றத்தின் தகைசான்ற உறுப்பினர்கள் வந்து மாணவர்களுடன் நாட்டு நடப்புகளை விவாதிக்கிறார்கள். பேரவைக் கூட்டங்களுக்கு அறிஞர் பெருமக்களும், எழுத்துலக வேந்தர்களும், விஞ்ஞானிகளும், இலக்கிய வித்தகர்களும் வருகை புரிந்து தமது முன்னாள் கல்விக் கூடத்தில் தாங்கள் திரட்டியுள்ள கல்விச் செல்வத்தைக் கொட்டுகிறார்கள். இப்படிப்பட்ட சூழலில்தான் மாணவர்கள் நடமாடித் திரிகிறார்கள். இத்தகைய சிந்தனைகளை உட்கொண்டு உயரிய இம்மரபுகளில் வளர்ந்து அறிவுக்களஞ்சியத்தால் உருவாக்கப்பட்ட நிலையில் அவர்கள் ஆட்சித்துறை, கல்வித்துறை மற்றும் பிற துறைகளில் பணியாற்றிட இங்கே வருகிறார்கள்.

இந்திய ஆட்சிக்குப் பிரிட்டிஷாரின் தன்மை நேரடித் தொடர்பு, நேரடி உறவு, நேரடித் தாக்கம் மற்றும் வாழ்வியல் எடுத்துக்காட்டுகள் மூலம் பரப்பப்படக்கூடும். ஆட்சித்துறைகளை இந்தியமயமாக்கிப் பிரட்டிஷாரை ஆட்சி அதிகாரத்திலிருந்து வெளியேற்றும் முறை வெகு கவனமாகவும் மெதுவாகவும் தாழ்த்தப்பட்ட இனத்தவரின் முன்னேற்றத்தைக் கருத்தில் கொண்டும் பின்பற்றப்பட வேண்டும். இந்நாட்டில் சாதி உள்ளவரை பிரிட்டிஷ் தன்மை தேவைப்படத்தான் செய்யும். **1924**ஆம் ஆண்டு ஏப்ரல் **5**ஆம் தேதி வெலிங்டன் பிரபுவின் பிரிவு உபசாரத்தின்போது தாழ்த்தப்பட்டோர் கொடுத்த உபசார இதழிலிருந்து சில வரிகளைக் கூற விரும்புகிறேன்:

“தகைமைச் சான்றோரே! தங்களை வேண்டிக் கேட்டுக்கொள்கிறோம். தாங்கள் இங்கிலாந்து சென்றவுடன் ‘தாழ்த்தப்பட்ட இந்தியர்’ தங்களின் நலன்களைக் காக்கும் அரங்காவலர்களாகப் பிரிட்டிஷ் அரசைக் கருதுகின்றனர் என்று இங்கிலாந்திலுள்ள பிரிட்டானியரிடம் கூறுங்கள். பிரிட்டிஷ் அரசு இந்தியாவில் இருக்க வேண்டியதற்கான ஒரே காரணம் யாதெனில் தாழ்த்தப்பட்ட இனத்தவர் நியாயமான முறையில் நடத்தப்படுவதை உறுதிப்படுத்தவும் பலவீனமான சமுதாயத்தினர் வளர்ச்சியடைய அவர்களைத் தூண்டுவதுடன் அவர்களுடைய வளர்ச்சிக்கு வழிகாட்டுவதுமேயாகும். மக்களின் வாழ்க்கையில் கோலோச்சும் சக்தியாகச் சாதி இருக்கும்வரை, உழைக்கும் மக்கள் ஒடுக்கப்பட்ட நிலையில் வைக்கப்பட்டிருக்கும்வரை நிர்வாகத்தைக் கண்காணித்து கட்டுப்படுத்திச் சமன்செய்து கொண்டுசெல்ல நல்மனத்தோர் நிறைந்த பிரிட்டிஷாரின் ஆட்சி இந்தியாவில் தேவைப்படுகிறது.

ஆங்கில அரசாங்கம் பெருவாரியான சாதி இந்துக்களின் விருப்பு, வெறுப்புக்காகத் தங்களின் பண்பாட்டினின்று மறுவி தாழ்த்தப்பட்ட, சிறுபான்மையான வகுப்பாரின் நலன்களைப் பாதிக்கும் முறையில் ஒருபோதும் நடக்கக் கூடாது. பிரிட்டானிய முறை ஆட்சியோ அல்லது அவர்களது பிரதிநிதிகளின் ஆட்சியோ நீடிக்க வேண்டும். நூற்றுக்கு **85** விழுக்காடு உள்ள சாதி இந்துக்களின் மனப்போக்கு வளர வளர ‘இந்தியர்மயம்’ ஆக்கும் பணியும் வளர வேண்டும். ‘இந்தியர்மயம்’ ஆக்கப்பட வேண்டுமென்ற கூச்சல் திடீரெனப் பலம்பெற்று வெற்றியும் கண்டுவிட்டால் தாழ்த்தப்பட்ட நாங்களெல்லாம் நாதியற்றுச் சுவடே இல்லாது மறைய நேரிடும்.”

தாழ்த்தப்பட்டோருக்கு மிகமிகத் தேவையான பொருள் கல்வியே யாகும். அக்கல்வியும் உரிமை எனும் கல்வியாக இருத்தல் வேண்டும்.

அப்படிப்பட்ட கல்வியால்தான் ஆதிதிராவிடர்கள் மனிதர்களாகத் தலைநிமிர்ந்து நடக்க முடியும். கல்வி ஒன்றுதான் இவர்களைப் பற்றியுள்ள எல்லாப் பிணிகளையும் போக்கவல்ல சர்வரோக நிவாரணியாகும். ஆண்களுக்கு மட்டுமன்றி பெண்களுக்கும் கூட கட்டாயக் கல்வி தேவையா? அதுவும் குறிப்பிட்ட இனத்து ஆண், பெண்களுக்குத் தேவையா என்று விவாதிப்பது இன்றைய நிலைக்கு ஒவ்வாத வாதமாகும். கல்வி ஒன்றுதான் தாழ்த்தப்பட்டோரை ஒளிவீசும்படியும், தூய்மையடையும்படியும், மகிழ்ச்சி கொள்ளும்படியும் செய்யும். அன்றுதான் அவர்களின் உழைப்பு அவர்களுக்கே பயன்பட்டு இனிக்கும். கல்வி நலனை அடையத் தாழ்த்தப்பட்டோர் பேராவல் கொண்டுள்ளனர். ஆனால் அவர்களுடைய தாங்கமுடியாத ஏழ்மை அதற்குத் தடையாக நிற்கிறது. தாழ்த்தப்பட்டோர் பிள்ளைகளுக்குக் கட்டாயக் கல்வித் திட்டம் தேவை. அவர்களுக்கு மதிய உணவும் வயிறார வழங்க வேண்டும். அதோடு அப்பிள்ளைகளின் சிறு கூலியால் வயிறு வளர்த்த பெற்றோருக்கு ஒருவித நிதி (போனஸ்) உதவியும் அரசாங்கம் செய்ய வேண்டும்.*

தாழ்த்தப்பட்டோரின் குழந்தைகள் எப்பாடுபட்டாகிலும் கல்வியின் பயனை அடைய வேண்டும். அவர்களுக்கு எழுதப் படிக்க மட்டும் கற்றுக்கொடுத்து திசைகாட்டும் கருவியற்ற கப்பல் போன்று வாழ்க்கைக் கடலிலே தத்தளிக்க விட்டுவிடக் கூடாது. அன்றாட உணவை அவர்கள் தேடிக்கொள்ளும் வகையில் அவர்களுக்குக் கல்வியறிவும் கைத்தொழிலும் கற்பிக்க வேண்டும். கல்விக்கூடங்களில் கல்வியோடு கைத்தொழில் பயிற்சி திட்டத்தையும் கட்டாயமாக இணைக்க வேண்டும். இத்தகைய திட்டம் இன்று அரசாங்கத்தால் ஒருசில இடங்களில் ஏற்படுத்தப்பட்டிருந்தாலும் இது தாழ்த்தப்பட்டோர் மக்கள் தொகைக்குப் போதாது. அரசாங்கம்

* *Madras Legislative Council Proceedings 1928, Vol.XII PP.2049-53*

தாழ்த்தப்பட்டோர் தங்கள் நிலையைக் காட்டிச் சலுகை கோரும் போதெல்லாம் மற்ற வகுப்பாரிலும் ஏழைகள் இருப்பதாகக் கூறி மறுக்கிறார்கள். இப்படி மறுப்போர்கள் ஓர் உண்மையைப் பகிரங்கமாக மறைக்கிறார்கள்.

மற்ற வகுப்பாரில் ஏழ்மை இருந்தாலும் தீண்டாமை இல்லை. உதாரணமாகப் பிராமணரிடத்தில் முதலியார்களும் முதலியார்களிடத்தில் பிராமணர்களும் பழகலாம் பணியாற்றலாம். இவ்வாறே எல்லா வகுப்பினரும் கலந்துகொள்ளலாம் ; இது கல்வி பொருளாதாரங்களில் சரளமான புழக்கத்தை ஏற்படுத்தி முன்னேற வழிகோலும். ஆனால், தாழ்த்தப்பட்டோர் தீண்டாமையின் காரணமாக எவரிடமும் சென்று பணியாற்ற முடியாததோடு கல்வி, பொருளாதாரத் துறைகளில் பிறரால் ஒடுக்கப்பட்டுப் பின்தங்கிவிடுகின்றனர். எனவே, ஆதிதிராவிடருக்குத் தனித்ததொரு சலுகைகள் எல்லாத் துறைகளிலும் வழங்க நியாயமிருக்கிறது

இதை அக்கரையோடு ஏற்படுத்தவுமில்லை. ஏதோ ஒருசில கருணையுள்ளம் கொண்ட வெள்ளையர் அரசியல் சீர்திருத்தம் இங்கு தொடங்குவதற்கு முன்பே தாங்களே முன்வந்து ஆரம்பித்தார்கள். *1923ஆம் ஆண்டில் சட்டமன்றத்தில் ஆதிதிராவிடப் பிள்ளைகளுக்கு உபகாரச் சம்பளத்தை அதிகரிக்க வேண்டுமென்று ஒரு தீர்மானத்தைக் கொண்டுவந்தேன். அன்று கல்வி அமைச்சராக இருந்தவர் ஒரு சாதி இந்து. அவர் "ஏழ்மை என்பது ஆதிதிராவிடருக்கு மட்டுமே உள்ள தனிச்சொத்தல்ல, மற்ற வகுப்பாரிலும் ஏழைகள் இருக்கின்றனர்" என்று கூறி என் தீர்மானத்தை எதிர்த்தார். 1923ஆம் ஆண்டு மார்ச் மாதம் வரவு - செலவு திட்ட விவாதத்தின்போது கல்வி அமைச்சரின் போக்குப் பற்றி மனம்விட்டு இப்படிப் பேசினேன்:*

"ஆதிதிராவிடக் குழந்தைகளின் உபகாரச் சம்பளம் சம்பந்தமாக நேற்றைய தினம் உபகாரச் சம்பளத்தையும் எண்ணிக்கையையும் உயர்த்த வேண்டுமென்று கோரி நான் கொண்டுவந்த தீர்மானத்தை எதிர்த்துப் பேசிய கல்வி அமைச்சர் அவர்களின் போக்கைக் கண்டிக்கிறேன். ஏழ்மை என்பது தாழ்த்தப்பட்டோரின் ஏகபோகச் சொத்தல்ல, பிராமணப் பிள்ளைகளில்கூட ஏழைகளிருக்கின்றனர் என்று கூறினார். இந்த உண்மைகளை எங்கே, எப்போது அவர் கண்டுபிடித்தார் என்று வியப்படைகிறேன். அவர் இதை அமைச்சராவதற்கு முன்பே கண்டாரா அல்லது அமைச்சரான பிறகு கண்டுபிடித்தாரா? பிராமணப் பிள்ளைகள் ஏழைகளென்றால் ஏன் பிராமணர் அல்லாதார் தலைவராகிய இவர் பிராமண மாணவர்களுக்காகப் பாடுபடக்கூடாது?

தாழ்த்தப்பட்ட மாணவர்களோடு மற்ற மாணவர்களும் ஏழ்மையில் உழலுகிறார்கள் என்றால், இவரும் இவருடைய கட்சியாரும் ஆதி திராவிட மாணவர்களுக்கு ஏன் சலுகைகள்வழங்குகின்றனர்? தாழ்த்தப்பட்ட மாணவர்களின் ஏழ்மைக்கும் மற்ற சாதி மாணவர்களின் ஏழ்மைக்கும் வேறுபாடு இல்லை என்று இவர் எண்ணுகிறாரா? தாழ்த்தப்பட்டோரின் ஏழ்மைக்குக் காரணம் ஆயிரம் ஆயிரம் ஆண்டுகளாக மேட்டுக்குடியினர் கையாண்ட ஒடுக்குமுறை சதிதான் என்பதனை அவர் உணர்கிறாரா? மற்றவர்கள் பல தனிப்பட்ட உரிமைகளை அனுமதிக்கும்போது நமக்கு இந்தச் சலுகையாவது தேவை என்று கேட்பது, நமது நேர்மையான கோரிக்கையாக ஆகாதா? அவர் இந்த அடிப்படையான அரசியல் பாடத்தை மறந்துவிட்டிருந்தால் தற்போது அரசாங்கம் வெளியிட்டுள்ள அரசாணை எண் 239 உத்தரவை அவருக்குப் படித்துக் காட்டுகிறேன்.

அந்த உத்தரவு கூறுவதாவது :

"சில வகுப்பாருக்குத் தனிப்பட்ட சலுகைகள் இன்றியமையாதவை என்று இந்தக் குழு நினைக்கிறது. இதன்படி ஆதிதிராவிட வகுப்பாரைப் பொறுத்தமட்டில் தேவையான உணவு வசதியும் சம்பள வசதியும் செய்து தர வேண்டும் என்பதை வலியுறுத்துகிறது. அவர்கள் ஏழைகளாக இருக்கக் காரணம், இந்நாட்டின் விசித்திரமான சாதி பழக்க வழக்கங்களே. அதின்றி, இந்த வகுப்பார் பரம்பரை பரம்பரையாக பெற்றுவரும் பிறப்பு குறைபாடன்று. இந்த நோக்கத்தோடு பார்க்கும்போது தாழ்த்தப்பட்டோருக்குக் கல்வி வழங்குதல் என்பது இந்தத் தேசத்தின் கடமையாகும். எனவே, பொதுப்பணத்தை இவர்களின் முன்னேற்றத்திற்கு எல்லா வகையிலும் செலவிடுதல் சாலப்பொருந்தும்."

"நேற்று கல்வி அமைச்சர் பேசிய பேச்சு என்றுமே நான் கேட்டறியாத கருணைமிக்கப் பேச்சாகும். இது இந்த அவையின் பொறுப்புவாய்ந்த அமைச்சரின் உதடுகளிலிருந்து வெடித்தது. 'பின்தங்கிய வகுப்பார்' என்றழைக்கப்படுவோரின் ஏழ்மையை மாண்புமிகு அமைச்சர் எனது கவனத்திற்குக் கொண்டுவந்தார்.

எப்போதெல்லாம் தாழ்த்தப்பட்டோரின் கோரிக்கைகளை வலியுறுத்துகிறேனோ அப்போதெல்லாம் அதைக் குறைக்கும் நோக்கத்துடனேயே பிற்படுத்தப்பட்ட வகுப்பினர் என்றழைக்கப்படுகிறவர்கள் முன்னிறுத்தப் படுகிறார்கள். ஒடுக்கப்பட்டோர் அல்லது தீண்டத்தகாத இனத்தவரினின்று முற்றிலும் வேறுபட்டு நிற்கும் இப்பிற்படுத்தப்பட்ட வகுப்பினர் யார் என்பது எனக்கு ஆச்சர்யமாகவே இருக்கிறது. அவர்கள் அனைவரும் சாதி இந்துக்கள்தாம். இவ்வகுப்பின் கீழ் வரும் சமுதாயங்களிலிருந்து இரண்டு அமைச்சர்கள் கூட இருக்கிறார்கள். சீர்திருத்தங்கள் அமுல்படுத்தப்படும் முன்னரேகூட சாதி இந்துக்களாய் இருக்கும் அமைச்சர்களிடம் இதுபோன்ற மனப்பான்மைதான் வெளிப்படும் என்று தாழ்த்தப்பட்ட இனத்தவர் எதிர்பார்த்தனர் என்பதுதான் உண்மை. இம்மாநிலத்தின் முன்னோடி அரசியல் அமைப்பாகிய சென்னை ஆதிதிராவிடர் மகாஜன சபை 1918ஆம் ஆண்டு இந்திய அரசியல் சாசனச் சீர்திருத்தம் பற்றிய அறிக்கைமீதான தங்களது கருத்தினைத் தெரிவிக்குமாறு கோரப்பட்ட வேளையில் அச்சபை தமது கருத்தை பின்வருமாறு வெளிப்படுத்தியது: சீர்திருத்தத் திட்டம் பற்றிய எமது கருத்தினை நாங்கள் பொதுப்படையாகத் தெரிவிக்க முடியும். பொதுமக்களின் ஒருமித்த கருத்து நிலவுகிற சூழ்நிலையில் சமூக முன்னேற்றமும் சன்மார்க்க முன்னேற்றமும் தற்போது வந்தெட்டியுள்ள

நிலையில் சமுதாயங்களுக்கிடையே உள்ள உறவுகளை நெறிப்படுத்தும் கருத்துகள் வளர்ந்துள்ள அளவில் இந்நாட்டில் இரட்டை ஆட்சிமுறையை ஏற்படுத்துவதை நாங்கள் விரும்பவில்லை. நிர்வாகத்தின் எந்தத் துறையுமே பொதுமக்களின் கட்டுப்பாட்டிற்கு மாற்றப்படும் செயலுக்கு நாங்கள் எதிர்த்தே நிற்கிறோம். குறிப்பாகக் கல்வி அமைச்சர்களின் பொறுப்பில் விடப்படுவதை நாங்கள் எதிர்க்கிறோம். அமைச்சர்கள் தங்களுடைய இனத்தவரின் நலன்களை மட்டுமே கருத்தில் கொண்டு எங்களைப் புறக்கணிக்கவோ அல்லது காலங்காலமாக அவர்களை எங்களுடைய எஜமானர்கள் என்றே பார்க்கும் வகையான பணிக்கென்றே எங்களைப் பயிற்றுவிப்பார்கள்.

அங்கீகரிக்கப்பட்ட பள்ளிகளிலும் கல்லூரிகளிலும் பயிலும் தாழ்த்தப்பட்ட இனத்தைச் சார்ந்த மாணவர்களுக்குப் போதிய அளவிலான கல்வி உதவித்தொகையும் கட்டணச் சலுகையும் ஏற்படுத்தப்பட வேண்டும். இவ்வினம் சார்ந்த குழந்தைகளுக்காக மாநிலமெங்கும் இலவச விடுதிகளும் உருவாக்கப்பட வேண்டும். சில வட்டாரங்களில் உள்ளவர்கள் இக்குழந்தைகள் பள்ளிக்கு அனுப்பப்பட்டால் கூலி வேலைக்காகத் தொழிலாளர்களைப் பெறுவது கடினமாகிவிடுமென்றும் தாழ்த்தப்பட்டவர்களின் பிள்ளைகள் கனவான்களாகி விடுவார்களென்றும் அஞ்சுகிறார்கள். அவர்கள் ஏன் கனவான்களாகக் கூடாது? அவர்கள் இம்மண்ணின் மைந்தர்களல்லவா? சாதி இந்துக்களுக்குச் சமமான உரிமைகளும் சலுகைகளும் பெற்ற குடிமக்களல்லவா அவர்கள்? சாதி இந்துக்கள் அவர்கள்மீது ஆளுகை செய்துகொண்டிருக்க அவர்கள் மட்டும் ஏன் காலங்காலமாக மரம் வெட்டுகிறவர்களாகவும் தண்ணீர் இறைப்பவர்களாகவும் இருக்க வேண்டும்? முன்னேற்றமெனும் சக்கரம் சுழன்றுகொண்டிருக்கிறது; அது முழுமையாகச் சுழல வேண்டும். கல்வி பெறுவதில் அவர்களை ஊக்கப்படுத்தும் வகையில் பொதுத்துறையில் போதிய அளவிலான பிரதிநிதித்துவம் இவ்வினத்தவருக்குக் கொடுக்கப்பட வேண்டும். ஏனென்றால், இந்நாட்டில் சாதி இன்னமும் மக்கள்மீது கொண்டுள்ள பிடியைத் தளர்த்திக் கொள்ளவில்லை. சமூகக் கலாச்சாரம் சமயக் கோட்பாடுகளுடன் இணைக்கப்பட்டுள்ள சூழ்நிலையில் பொதுத்துறைகளில் குறிப்பிட்ட இனத்தவரின் மேலாதிக்கம் நாட்டுக்கு ஆபத்தானது.

இந்து - முஸ்லிம் ஒற்றுமையைப் பற்றிப் பேசுவது நல்லது. தோளோடு தோள் சேரவில்லை என்று மகமதியரைப் பழிப்பது மிக மிக எளிது. ஊருக்கு உபதேசம் அப்புறம் இருக்கட்டும்! முதலில் உம் உடம்பைப்

பாரும்! இந்துக்களிடையே ஒற்றுமை இல்லை எனும்போது இந்து - முஸ்லிம் ஒற்றுமையைக் காணுவது எங்ஙனம்?

நிர்வாகத்துறையில் நீதித் துலாக்கோல் சமனாகச் செயல்பட வேண்டுமாயின் சமுதாயதின் எல்லாப் பிரிவினருக்கும் அங்கு பிரதிநித்துவம் வேண்டும். வாயிருந்தும் ஊமையாய் உழலும் ஆதிதிராவிட மக்களுக்கு இது மிகவும் அவசர அவசியமாகும். மேட்டுக்குடியினராக இருக்கும் குறிப்பிட்ட வகுப்பினர் தங்கள் குரல்களுக்குச் சமூக அரங்குகளிலுள்ள செல்வாக்கையும் நினைத்ததைச் சாதிக்கும் ஆற்றலையும் ஆளவந்தாரின் மோகனப்புன்னகையையும், வசீகரிக்கும் தங்கள் திறத்தையும் மற்றோர் வகுப்பாருக்கு எதிராகத் திருப்பிவிட இயலும் என்பது நாடறிந்த உண்மையாகும். அரசுத் துறைகளை அலங்கரிப்போருக்குத் திங்கள்தோறும் ஊதியம் மட்டும் போய்ச் சேரவில்லை. அரசு அதிகாரமும் நிர்வாகக் கீர்த்தியும் அரசியல் செல்வாக்கும் கூடவே கைமாறுகின்றன. அரசுத் துறைகளில் ஆதிதிராவிட மக்கள் பங்கேற்பின் ஒடுக்கப்பட்ட சமூகத்தாரின் கோரிக்கைகள் உடனுக்குடன் கனிவுடன் கவனிக்கப்படும். கிள்ளுக்கீரையாக ஆதிதிராவிடர்களை மற்றவர் கருதும் மனப்பான்மையும் அச்சத்தால் மாறும்.

அரசுத் துறையில் ஆதிதிராவிடர்கள் இடம்பெறுவது ஒடுக்கப்பட்டோர் மீது மற்றவர் கொண்டிருக்கும் தீண்டாமை போன்ற பேதமைக் கருத்துகளை விரட்டியடிக்கும் மந்திரசக்தியாகச் செயல்படும். தீண்டாமை, தீட்டு என்ற கொடிய வழக்கங்களைத் திருவாளர் காந்தியின் தீண்டாமை ஒழிப்புப் பிரச்சாரம் விரட்டியடிக்கப் போவதில்லை. தாழ்த்தப்பட்ட மக்களை அரசுத் துறையில் கணிசமான அளவில் பங்கேற்கச் செய்வதின் மூலம் நிர்வாக எந்திரத்தை இயக்கிச் செல்லும் வாய்ப்பும் வசதியும் அவர்களுக்கு வழங்குவது மூலமும்தான் சமூகத்தில் அவர்களது மதிப்பை உயர்த்த முடியும். அரசு துறைகளில் மேல் கீழ் இருமட்டங்களிலும் சேர்ந்து 63 விழுக்காடு பிராமணரல்லாதவருக்கு ஒதுக்கப்பட்டிருக்கிறது. குறைந்தது 30 விழுக்காடு தாழ்த்தப்பட்ட சமூகத்திற்கு ஒதுக்கப்பட வேண்டும். அரசுத் துறை பணி பற்றிய அறிவிப்பில் கோரப்பட்டிருக்கும் குறைந்தபட்ச கல்வித் தகுதியே எங்களுக்கும் போதுமானதாக நிர்ணயிக்கப்பட வேண்டும்.

ஆதிதிராவிட மக்களுக்குப் பல்லாயிரம் ஆண்டுகளாக இழைக்கப் பட்டிருக்கும் கொடூர அநீதிகளைக் கருத்தில்கொண்டு நோக்குவோமாயின் வரும் கால்நூற்றாண்டிற்கு அரசுத்துறை பதவிகள் அனைத்தும்

அவர்களுக்கே ஒதுக்கினாலும் அதுமிகக் குறைந்த பரிகாரமே ஆகும். பல ஆண்டுகள் கொடுமையால் அலைக்கழிக்கப்பட்ட அவர்களின் உள்ளம் ஓரளவு நிம்மதி அடையலாம். ஆதிதிராவிட மக்களும் மற்ற சமூகத்தாரும் பொறுப்பாட்சி குறிக்கோளை நோக்கி கைப்பிணைத்து நடைபயிலும் காலம் அதற்குப்பின் வரும். அன்றே மகிழ்ச்சி ஒளிவிடும் மனைகளைப் பெற்ற ஒரு குடும்பமாக இந்தியா மாறும். அப்போது இங்கிலாந்து அரசும் நம் நாட்டிற்கு முழுமையான தன்னாட்சியை வழங்கிட மகிழ்வுடன் முன்வரும்.

மக்களின் உள்ளுணர்வைக் கிளர்வது எப்படி? பேதமைக் கருத்துகளை எதிர்த்துப் போரிடுவது எங்ஙனம்? வகுப்பு வெறுப்புணர்ச்சியினை விரட்டுவது எவ்வாறு? ஆதிதிராவிட மக்களுக்குத் தன்மான எழுச்சியும் -அரசியல் விழிப்பும்- மறுவாழ்வும் அளிக்கப்பட வேண்டிய முறை, வேகம் இவற்றைப் பற்றி இந்தியாவெங்கும் பேசப்படுகிறது. சட்டத்தின் முன்பு ஆதிதிராவிட மக்கள் மற்றையோரைப் போல் சரிநிகர் சமானமென்றும், அவர்கள் தங்கள் சுயவலிமையாலும் ஆற்றலாலும் தாங்களும் இந்து சமுதாயத்தின் அங்கமென்று உறுதிப்படுத்திக்கொள்ள வேண்டுமென்றும் அறிவுறுத்தப்படுகின்றனர். இது பிரச்சினையைவிட்டு நழுவி ஓடுவதாகும்.

தங்கள் அடிப்படை உரிமைகளைத் தாங்களே வலியுறுத்திப் பெறுவதோ, அரசாட்சி மன்றத்தில் தங்களுக்குரிய பங்குகளை அவர்களே முயற்சித்து அடைவதோ இன்றைய சூழ்நிலையில் ஆதிதிராவிட மக்களால் முடியாத ஒன்றாகும். இப்போது எதிர்நோக்கியிருக்கும் பிரச்சினை எல்லாம் ஆதிதிராவிட மக்களின் தன்மான எழுச்சியைத் தூண்டுவதும் மற்ற தென்னிந்திய மக்களின் கவனத்தைக் கவரும் வகையில் அரசியல் அடிப்படை ஆயுதமான வாக்குறுதியை வழங்குவதுமேயாகும். இதில் அரசு உறுதியுடனும் பெருந்தன்மையுடனும் நடந்துகொள்ள வேண்டுகிறேன். மேலும், பொது அமைப்புகளிலும் சட்டமன்றங்களிலும் ஆதிதிராவிட மக்களின் குரல்களை வலிமையுடையதாக்க வேண்டும்.

மாநிலமனைத்திலும் உள்ள தாழ்த்தப்பட்ட இனத்தைச் சேர்ந்த வாக்காளர்கள் எண்ணிக்கை மிகச்சிறிது. நான் கூற விரும்புவது யாதெனில், இந்நிலைக்கானத் தீர்வாக அவர்களது சுயமரியாதை உணர்வைத் தட்டியெழுப்பி, அரசாங்கம் நிர்வாகத்துறையில் ஒரு தீரமான நடவடிக்கை எடுத்து, தென்னிந்தியாவில் உள்ள பிற சமூகத்தவரின் சிந்தனையை உயர்வானதாக்கி, தாழ்த்தப்பட்ட இனத்தவருக்கு வாக்குரிமையெனும் அடிப்படையான அரசியல் ஆயுதத்தை வழங்குவதே சரியாய் அமையும்.

பொது அமைப்புகளிலும் இந்நாட்டின் சட்டமன்றங்களிலும் அவர்களின் குரல் ஒலிக்க உறுதியளிக்க வேண்டும்.

இந்தியாவின் விரிந்த அதிருப்திக்கு மூலகாரணம் வர்க்க வேற்றுமையே என்றுணர்ந்த மோர்லி பிரபு அவர்கள் ராய்ப்பூரைச் சார்ந்த திரு. எஸ். பி. சின்னா பிரபுவை வைஸ்ராயின் நிர்வாகக் குழுவில் பங்கு கொள்ளச் செய்ததின் மூலம் இங்கிலாந்து பேரரசின் ஆட்சி சமய, நிற வேறுபாடுகளுக்கு அப்பாற்பட்டது என்பதை உலகறியச் செய்தார். தென்னிந்தியாவில் இருக்கும் ஆதிதிராவிடர் பிரச்சினை தொடக்க அடிப்படையிலும் தொடர்விரிவுகளாலும் மேற்கூறியது போன்ற ஒன்றேயாகும். இம்மாநிலத்திலுள்ள 70 இலட்சம் (1921இல்) ஆதிதிராவிட மக்களின் இதயங்களிலும் - அவ்வாறு இணைத்து இந்தியாவில் வசிக்கும் 5 கோடி ஒடுக்கப்பட்ட மக்களின் உள்ளங்களிலும் உறுத்திக்கொண்டிருக்கும் உளைச்சலின் கொடுமை மேற்கூறியதைவிட திண்மையுடையதாகும்.

இம்மாநிலத்தில் 30 இலட்சத்திற்கும் குறைவாகவே உள்ள முஸ்லிம் மக்கள் தங்களுக்கென்று - சட்டமன்றத்திற்கு - தனித்தொகுதி கோரி பெற்றிருக்கிறார்கள். அவர்கள் அரசு நிறுவனங்களில் கணிசமான அளவில் பங்குபெற்றிருப்பதால் அவர்களுடைய நலன்கள் எளிதாகவும் உறுதியுடனும் காக்கப்படுகின்றன. இம்மாநில உயர்நீதிமன்றத்தில் ஒரு முஸ்லிம் நடுவராக இருந்திருக்கிறார். இப்போது இம்மாநில ஆளுநரின் நிர்வாகக் குழுவில் ஒரு முகமதியர் உறுப்பினராக நியமிக்கப்பட்டிருக்கிறார். இப்பதவி நியமிப்புகள் வர்க்க, சமய அடிப்படையிலேயே தகுதியைக் கருத்திற்கொள்ளாது அனுமதிக்கப் பெற்றிருக்கின்றன என்று நான் கருத்துத் தெரிவிக்கவில்லை. எல்லாச் சமூகத்தாரின் நலன்களும் சீராகப் பாதுகாக்கப்பட வேண்டும் என்ற நோக்கில்தான் இந்த வகுப்புவாரி பிரதிநிதித்துவம் ஏற்பட்டது என்பது யாரும் மறுக்க இயலாத ஒன்றாகும். இம்மாநிலத்தில் 4 கோடியே 30 லட்சம் மக்கள்தொகையில் 70 லட்சம் எண்ணிக்கைக் கொண்ட ஆதிதிராவிட மக்களின் நலன்கள் காக்கப்பட வேண்டுமாயின் இம்மாநிலத்தின் அமைச்சர் குழுவில் ஆதிதிராவிடர் சமூகத்தைச் சார்ந்த ஒருவர் இடம்பெற்றாக வேண்டும்.

சட்டமன்றத்திற்கான ஆதிதிராவிடப் பிரதிநிதித்துவம் ஒரு சிக்கலான பிரச்சினையாகும். ஆதிதிராவிட மக்கள் பொருளாதார ரீதியில் பின்தள்ளப்பட்டவர்கள், சமுதாய ரீதியில் ஒடுக்கப்பட்டவர்கள். தனிப்பட்ட சில நடவடிக்கைகளை அவர்கள் பொருட்டு

மேற்கொள்ளாவிட்டால் அவர்களுடைய பிரச்சினைகள் சட்டமன்ற விவாதங்களில் செல்வாக்கற்றுப் போகும் வாக்குரிமை இவர்களுக்கு கணிசமான அளவில் வழங்கப்பட வேண்டும். இவர்களுக்காக மாறுபட்ட தகுதியை நிர்ணயிப்பதன் மூலம் பொதுத்தொகுதியில் மாற்றம் செய்து இதனைச் செயல்படுத்தலாம். இந்த ஏற்பாடு கொள்கை அடிப்படையில் தொகுதியைப் பிரிப்பதாகும். அப்படிப் பிரித்து அவர்களுக்கென்று மாறுபட்ட தகுதியை நிர்ணயிப்பது எந்த விதத்திலும் தாழ்த்தப்பட்ட மக்களுக்கென்று ஏற்படுத்திய சலுகை என்றோ மற்றவர் நலன்களுக்குக் குந்தகம் விளைவிக்கும் ஏற்பாடென்றோ அதனைக் கொள்வதற்கிடமில்லை.

பொதுத் தொகுதியில் பெரும்பான்மையினராய் இருக்கும் சாதி இந்துக்கள். இன்றைய நிலையில் எந்த ஒரு ஆதிதிராவிட மகனும், சட்டமன்றத்திற்கு நேரிடையாகத் தேர்ந்தெடுக்கப்பட முடியாது என்பதை நன்குணர்வர். இந்த உறுதிப்பாடுதான் சட்டமன்றத்திலும் நாட்டிலும் ஆதிதிராவிட மக்களைத் துரும்பாக நினைக்கும் மனப்பான்மைக்கு ஆணிவேராகும். இந்நிலைமைகளுக்கு முடிவு கட்டவும், அதிகாரத்திலிருக்கும் எவரும் எங்களை உதாசினப்படுத்தாமல் இருக்கவும் மேற்கொள்ளும் ஒரே வழி ஆதிதிராவிட மக்களைப் பொது அமைப்புகளிலும் சட்டமன்றங்களிலும் கணிசமான அளவில் இடம்பெற செய்வதொன்றேயாகும். இதனை நியமனம் மூலமாகவும், தேர்வுமுறை மூலமாகவும் செயல்படுத்தலாம்.

சென்னை ஆதிதிராவிட மகாஜன சபாவின் சார்பாக 24.9.1924அன்று மாண்புமிகு சென்னை ஆளுநர் (கவர்னர்) அவர்களின் கனிவான ஆய்வுக்காக என்னால் பணிவன்புடன் வைக்கப்பட்ட கீழ்க்கண்ட கருத்துரைகள் இதுதொடர்பாக மேலும் விளக்கமளிக்க உதவக்கூடும் என்றெண்ணிச் சமர்ப்பிக்கிறேன்.

○ ○ ○

1.உள்ளாட்சி சட்டமன்றத்தில் பிரதிநிதித்துவம்

உள்ளாட்சி சட்டமன்றத்தில் எங்கள் சமூகத்திற்கான பிரதிநிதித்துவம் தேர்வு அடிப்படையில் வழங்கப்பட வேண்டும் என்பதை முதற்கண் நாங்கள் தெளிவுப்படுத்த விழைகிறோம். கீழ்க்கண்ட காரணங்களுக்காக நியமனக் கொள்கையை நாங்கள் முழுமையாக எதிர்க்கிறோம்.

அ) நியமனம் மூலம் ஏற்படும் பிரதிநிதித்துவம் உண்மையான பிரதிநிதித்துவம் அல்ல. அது ஒரு கண்கட்டு வித்தையேன்றி உண்மையான பரிகாரமாகாது.

ஆ) இன்றைய அரசோச்சும் அமைச்சுக் குழுவில் அமைச்சர் உட்பட இருக்கும் இந்திய உறுப்பினர்களின் குரல்களே இந்த நியமனத் தேர்வில் ஓங்கி நிற்கின்றன. எனவே அத்தகைய நடைமுறைகளைத் தங்கள் செல்வாக்கால் அவர்கள் கட்டுக்குள் வைத்திருக்கின்றனர். அரசாளும் அமைச்சுக் குழுவை அலங்கரிக்கும் இந்திய உறுப்பினர்களின் கருத்துகளும், குறிப்பாக இந்த நியமனத் தேர்வுத் துறையை நிர்வகிக்கும் உறுப்பினரின் கொள்கைகளும் எங்களுடைய அரசியல் அமைப்பின் கோட்பாடுகளுக்கும், ஆதிதிராவிட சமூகத்தின் உண்மையான நலன்களுக்கும் நேர் எதிரிடையானவையாகும். அவர்களால் தேர்ந்தெடுக்கப்படுகிறவர்கள் தங்கள் நலன்களுக்காக ஆதிதிராவிடச் சமூகத்தின் நலன்களை விலைக்கூறும் பலவீனர்களாக இருப்பது தவிர்க்க முடியாததாகும்.*

இ) உள்ளாட்சி மன்றத்திற்கான எங்கள் சமூகத்தின் பிரதிநிதித்துவம் நியமனத் தேர்வினால் நிரப்பப்படுகிற இந்நடைமுறை மாற்றப்படும் வரை நியமனத்துறையின் பொறுப்பினை மாண்புமிகு ஆளுநர் (கவர்னர்) அவர்களே மேற்கொள்ள வேண்டும் என்றும், அவ்வாறு நியமனத்தின்போது அங்கீகரிக்கப்பெற்ற தாழ்த்தப்பட்ட சமூகத்தின் அரசியல் அமைப்பான சென்னை ஆதிதிராவிட மகாஜன சபையின் மேலான கருத்துகளைக் கேட்டறியவும் வேண்டுகிறோம்.

வாக்குரிமைப் போன்ற பல சீர்திருத்தங்களை உள்ளடக்கிய சீர்திருத்தச் சட்டம், ரௌலட் சட்டம் ஆகியவை இயற்றப்பெற்றபோதும் எங்கள் அமைப்பின் மேலான கருத்துகள் விழைந்து பெறப்பட்டிருக்கின்றன.

(ஈ) இம்மாநிலத்தில் இருக்கும் மொத்த மக்கட் தொகை 42,794,115 பேரில் (1921இல்) ஆதிதிராவிடர் 7,503,475 பேராக இருக்கிறோம்.

** தேசிய காங்கிரஸ் ஆட்சியில் நேர்ந்த முதுகுளத்தூர் நிகழ்ச்சியிலும் திராவிட முன்னேற்றக் கழகத்தினர் ஆளுகையில் நடைபெற்ற கீழ்வெண்மணி சம்பவத்திலும் தனித்தொகுதியிலிருந்து தேர்ந்தெடுக்கப்பட்ட ஆதிதிராவிட பிரதிநிதிகள், தங்கள் மக்கள் நலனுக்காக ஏதும் பேசாமலும் கிளர்ந்தெழ முடியாமலும் இருந்துவிட்டது இதற்கோர் நல்ல சான்றாகும். எந்த ஆட்சியிலும் இத்தகைய குறைபாடுகள் இருந்துகொண்டிருக்கும். பழங்குடி மக்கள் தங்களுக்கென்று ஓர் அமைப்பு காணாதவரை இந்தக் குறைபாடுகள் நீங்காது என்பதை ஐம்பதாண்டுகளுக்கு முன்பே ஆதிதிராவிடர்களின் ஒப்பற்றத் தலைவர்கள் தீர்க்கத் தரிசனமாகக் கூறியிருப்பது பாராட்டுக்குரியதாகும்.

எங்களது முதன்மையான தொழில் வேளாண்மையே. தீட்டு, - தீண்டாமை போன்ற சாதிக் கொடுமைகள் பலவற்றிற்கு ஆளாக்கப்பட்டு நாங்கள் அலைக்கழிக்கப்படுகிறோம். சமூக, பொருளாதார, கல்வி, அரசியல் துறைகளில் ஆதிதிராவிடரான நாங்கள் வெகுவாகப் பின்தள்ளப்பட்டு அல்லலுறுகின்றோம். இன்றைய நாளில் உள்ளாட்சிச் சட்டமன்றத்தில் ஐவரையே எங்கள் பிரதிநிதிகளாகப் பெற்றிருக்கிறோம். 2,865,285 எண்ணிக்கையே உள்ள முகமதியர்கள் தங்கள் பங்காக 13 இடங்களைச் சட்டமன்றத்தில் பெற்றிருக்கின்றனர். 1,380,672 மக்கட்தொகையைப் பெற்றிருக்கும் இந்தியக் கிறிஸ்தவர்கள் 8 பேர்களையும், 23,492 பேரே உள்ள ஆங்கிலோ இந்தியர்கள் 2 பேர்களையும் பெற்றிருக்கின்றனர். மக்கள் தொகையில் ஆறில் ஒருபங்கு எண்ணிக்கை பலமும், இம்மாநிலத்தின் முக்கியத் தொழிலான வேளாண்மையில் ஈடுபாடு கொண்டும், பல ஆண்டுகளாய் சொல்லொண்ணாத அநீதிகளுக்கு ஆளாக்கப்பட்டிருக்கும் நாங்கள் நிச்சயமாக நீதி, நியாய, உள்ளுணர்வின் அடிப்படையில் இப்போது அளிக்கப்பட்டிருக்கும் பிரதிநிதித்துவத்தின் எண்ணிக்கையைவிட அதிகம் பெற தகுதியுடையவர்களாவோம். உள்ளாட்சி, சட்டமன்றத்தில் எங்கள் பிரதிநிதிகளின் எண்ணிக்கை உயர்த்தப்பட வேண்டியது அவசரஅவசியமாகும். எனவே, எமது சமூகத்தினர்க்குச் சட்டமன்றத்தில் குறைந்தது 20 இடங்களாவது இருக்க வேண்டும் என்பதை ஆளுநரின் பரிவான ஆய்வுக்குச் சமர்ப்பிக்க விரும்புகிறோம்.

2. ஆதிதிராவிடர்களின் தனிப்பட்ட நலன்களையும் எண்ணிக்கையில் விரிந்த தன்மையையும் அரசியல் அரங்கில் எங்களுக்குக் கொடுக்கப்பட வேண்டிய முக்கியத்துவத்தையும் 'தாழ்த்தப்பட்ட மக்கள்' என்று எங்களுக்கு வழங்கப்பட்டிருக்கும் அடைமொழியில் தொக்கி நிற்கும் எங்கள் துயரக்காவியத்தையும் கருத்திற்கொண்டு, உள்ளாட்சித் தேர்வு முறைப் பிரதிநிதித்துவத்தில் எங்களுக்குரிய உரிமையை நாங்கள் நன்கு பகுக்கப்பட்ட ஒருதனிச் சமூகப் பிரிவினர் என்ற அடிப்படையில் திடமாக விலயுறுத்த விரும்புகிறோம். கடந்த பலஆண்டுகளாக இம்மாநிலத்தில் ஆங்காங்கு கூட்டப் பெற்ற கூட்டங்களும் மாநாடுகளும் அங்கு நிறைவேற்றப்பட்ட கோரிக்கைகளும் எங்கள் சமூகத்தில் பிறந்திருக்கும் அரசியல் விழிப்புணர்ச்சிக்குப் போதுமான எடுத்துக்காட்டுகளாகும். அரசியல் சீர்திருத்தச் சட்டத்தின்படி வாக்குரிமைப் பெறும் உரிமையைக் கோரிப் பெறுவதிலும், தங்கள் நலன்களைப் பற்றி அக்கறை காட்டுவதிலும் சமூகத்தில் தங்களுக்கிருக்கின்ற பொறுப்பினைத் தெரிந்து

தெளிந்து இருப்பதிலும் மற்றெவரையும் விட ஆதிதிராவிட மக்கள் எந்தவிதத்திலும் குறைந்தவரல்லர்.

வெள்ளையர் ஆட்சிக்கு முன்பாகப் பல்லாயிர ஆண்டுகளாகத் தொடர்ந்து தீண்டாமைக்கொடுமைக்கு ஆளாக்கப்பட்டு அதன் விளைவாய் இன்று சமூக, பொருளாதார, கல்வி முடக்கத்திற்கு ஆளாகி நிற்கிறோம். இன்றைய வறுமை நிலையால் 1919ஆம் ஆண்டில் எழுந்த சீர்திருத்தச் சட்டவிதியின்படி பொருளாதார அடிப்படையில் வழங்கப்பெற்ற வாக்குரிமைக்குத் தகுதியற்றவர்களாய்த் தேங்கி நிற்கிறோம்.

வாக்குரிமைப் பெற ஆதிதிராவிட மக்களுக்கென்று தனித்தகுதிகளை நிர்ணயிப்பதன் மூலம் வாக்காளர் எண்ணிக்கையை அதிகரித்து, பின் ஆதிதிராவிடர்க்கென்று பொதுத் தொகுதியிலிருந்து கணிசமான இடங்களை ஒதுக்க வேண்டும். அல்லது வாக்காளர் எண்ணிக்கையை எங்கள் சமூகத்தில் அதிகப்படுத்தி வகுப்புவாரித் தொகுதி அடிப்படையில் நேரடித் தேர்வு முறையில் ஆதிதிராவிடருக்குப் பிரதிநிதித்துவம் அளிப்பதன்மூலம் இப்பிரச்சினைக்குப் பரிகாரம் தேட இயலும் என்று தோன்றுகிறது. எம்முறையை நடைமுறைப்படுத்தினாலும் எங்கள் சமூகத்திற்கென்று ஆதிதிராவிடர் மக்கட்தொகை எண்ணிக்கை எங்களது அரசியல் முக்கியத்துவம் மற்றும் ஆதிதிராவிடர்கள் அனுபவித்த கொடுமைகளைக் கருத்திற்கொண்டு மாண்புமிகு ஆளுநர் அவர்கள் செயல்பட வேண்டும் என்று வற்புறுத்துகிறோம்.

அப்போதுதான் அரசாட்சி மன்றத்தில் ஆதிதிராவிட குரல்களுக்கு வலிமையும் மதிப்பும் இருக்கும். எங்கள் ஒத்துழைப்புக்காகவோ அல்லது மற்றவர் ஆதிக்கத்திற்கு எங்கள் ஒட்டுமொத்த எதிர்ப்புக்கு அஞ்சியோ ஆட்சிக்கு வரும் எவரும் ஆதிதிராவிடரை அரவணைத்துச் செல்வர்.

அரசியல் சீர்திருத்தச் சட்டத்தின் பின் எழுந்த முதல் பிராமணரல்லாத அமைச்சு ஆதிதிராவிடச் சமூகத்திற்காக மேற்கொண்ட மறுவாழ்வு நடவடிக்கைகளைப் பற்றிய வரலாறு ஒரு துன்பியல் காவியமாகும். உயர்சாதிக் கூட்டம் எவ்வெவ்வாறு முட்டுக்கட்டைகளை உருட்டிவிட்டது என்பது வெட்ட வெளிச்சமாகியது. ஆதிதிராவிடர் சமுதாயத்தைப் பற்றி சட்டமன்றம் மேற்கொள்ளும் எந்தவொரு நடவடிக்கையும் எங்கள்

பிரதிநிதிகளின் மூன்றில் இருபங்கு பிரதிநிதிகளின் ஆதரவைப் பெறாவிட்டால் அது சட்டமாக முடியாது என்ற விதியையும் எங்கள் நலனைக் காக்கும் மற்றுமோர் காப்பு அணியாக ஏற்படுத்த வேண்டும்.

இந்தியச் சட்டமன்றமும் மேல் மன்றமும்

இந்தியச் சட்டமன்றம் மற்றும் மேல் மன்றங்களுக்குப் பிரதிநிதித்துவம் ஒதுக்கும்போது மேலே வைக்கப்பட்ட ஆதிதிராவிடர்களுடைய வாத விளக்கங்களைக் கருத்திற்கொண்டு அவற்றின் அடிப்படையில் வழங்கவேண்டும். தனிச்சிறப்பு வாய்ந்த அவசரமான பல பிரச்சினைகளை ஆதிதிராவிடர்கள் சமாளிக்க வேண்டியவர்களாக இருக்கிறார்கள். சமுதாய, தொழிலாளர் நலச் சட்டங்கள் ஆதிதிராவிடர் சமூகத்தையே வெகுவாகப் பாதிக்கின்றன.

அமைச்சுக் குழு

மற்ற சிறுபான்மை வகுப்பாருக்கு விதிக்கப்பட்டிருக்கும் தகுதி அடிப்படையிலேயே ஆதிதிராவிடர் சமூகத்தைச்சேர்ந்த ஒருவரையும் மாண்புமிகு ஆளுநர் நிர்வாகக் குழுவில் (அமைச்சரவையில்) இடம்பெறச் செய்ய வேண்டும்.

தனிப்பட்ட துறை

இறுதியாக, ஆதிதிராவிடர் சமூகத்தின் நலன்களையும் கோரிக்கைகளையும் கவனிக்க தனிப்பட்ட அரசுத் துறை மாண்புமிகு ஆளுநர் நேரடிப் பொறுப்பில் செயல்படுமாறு அமைக்கப்பட வேண்டும்.

❍ ❍ ❍

முடிவுரை

எங்களுடைய கோரிக்கைகள், அத்தியாவசியங்கள், தேவைகள் பலவகைப்பட்டவை; எண்ணிறந்தவை. நூற்றுக்கணக்கான கூட்டங்களிலும், மாநாடுகளிலும் வலியுறுத்தப்பட்டவை. இந்நாட்டிலிருக்கும் மேல்சாதி சகோதரர்கள் நாங்களும் அவர்களைப் போன்ற சரிநிகர் மனிதர்கள்தான் என்ற உண்மையை ஏற்றுக்கொள்ளள வேண்டும் என்று விழைகிறோம்.

முடியரசர்களாகவும் பேரரசர்களாகவும் மதியூக அமைச்சர்களாகவும் இருந்த ஆதிதிராவிடரான நாங்கள், அன்று தாய் நாட்டிற்குள் நுழைந்த ஆரியப் பகைவனை வாள்கொண்டு எதிர்த்தோம். ஆனால் தோல்வி கண்டோம். தோல்வி கண்டும் துவளாமல் மற்ற கோழையர் கூட்டம் போலல்லாது மாற்றானின் நாகரிகத்தைத் தழுவ மறுத்து நின்ற எங்களுக்கு

அளிக்கப்பட்ட தண்டனையின் கொடுமை உலக வரலாறு காணாத ஒன்று; நிரந்தரமான ஒன்று.*

அந்தக் கொடுங்கோன்மையின் கோரம் அன்றிலிருந்து இன்றைய சந்ததிவரையில் நிரந்தரமாகவும் சற்றும் குறையாமலும் தொடர்கிறது. ரோமாபுரியை ஆக்கிரமித்த காட்டுமிராண்டிகள் கட்டவிழ்த்துவிட்ட வெறியாட்டமும் நெதர்லாந்தில் மாறுபட்ட மதக்கொள்கையாளர்க்கு இழைக்கப்பட்ட கொடுமைகளும் நீரோ மன்னனின் அட்டூழியங்களும் டேமர்னினும் செங்கிஸ்கானும் இழைத்த கொடுங்கோன்மையும் இங்கு சாதியின்பேரால் எங்களுக்கிழைத்த அநீதிகளோடு ஒப்புமைக்காணும்போது அவை யாவும் குறுகிச் சிறுத்து வெளுத்துப் போய்விடும்.

ஆதிதிராவிடர்கள் வேண்டும் சமத்துவத்தை மேட்டுக்குடியினர் வழங்கப்போவதில்லை. அரசே இதனைச் செய்யுமா? அப்படியென்றால், எவ்வாறு அதனைச் செயலாற்றப்போகிறது? வகுப்புவாரி பிரதிநிதித்துவம் ஒரு கொள்கையாக ஒப்புக்கொள்ளப்பட்டிருக்கிறது; இப்போது அது நடைமுறைப்படுத்தப்பட்டும் வருகிறது. முகமதியர்களைப் போலவும், பிராமணரல்லாதார் போலவும் நாங்களும் (ஆதிதிராவிடரும்) தனிப்பட்ட வகுப்பினரே ஆவோம். பிராமணர்களின் ஆதிக்கத்திலிருந்து காப்பாற்றிக் கொள்ள பிராமணரல்லாதார்க்கு இடங்கள் ஒதுக்கப்படுகின்றன. பல துயரங்களுக்கு ஆளாக்கப்பட்டிருக்கும் ஆதிதிராவிடர்களுக்குப் போதுமான இடங்களை ஒதுக்குவது அதைவிட அவசரஅவசியமாகும். இரண்டாவதாக, நிர்வாகக் குழுவில் (அமைச்சரவையில்) எங்களுக்குப் பிரதிநிதித்துவம் ஒதுக்காதது ஏன்? மற்ற வகுப்பினரைப் போல் ஒரு ஆதிதிராவிட உறுப்பினர் தன் சமூகத்தினுடைய எண்ணங்களை எதிரொலிக்க வகை செய்யதாதது ஏன்? ஒரு தீண்டாதவன் பங்கேற்பதால் அதன் புனிதத் தன்மை கறைப்பட்டுப் போகுமளவுக்கு அது என்ன தேவதைகளின் சன்னிதானமோ?

சீர்திருத்தச் சட்டத்தைப் பற்றி விண்டர்டன் கோமகன் குறிப்பிடுகையில், 'தாழ்த்தப்பட்ட வகுப்பு' என்ற பெயரால் ஒரு சமூகம் நீடித்திருக்கும்

** ஆரியர் மீது போர் தொடுத்த ஆதிதிராவிடர்களுக்கு எதிராக, ஆரியர் வருகைக்கு முன்பு குடியேறிய திராவிடர்கள் ஆரியர்களை ஆதரித்தனர். தமிழ்த் தெய்வங்களையும் நெறிகளையும் ஆரியமாக்கியபோதும் திராவிடர்கள் ஆரியரை ஆதரித்ததோடு அவர்தம் வைதிக மதத்தையும் ஏற்றனர். ஆதிதிராவிடர்கள் ஆரியத்தை எதிர்த்துத் தீராத பழியை ஏற்றுக்கொண்டனர். தமிழ் மன்னர்களும் ஆரியர்க்கு அடிமைப்பட்டதால் ஆதிதிராவிடப் பழங்குடி மக்கள் ஆரியர், திராவிடர், தமிழ் மன்னர் என்ற மும்முனைப் போராட்டத்தினால் வலிமை குன்றினர் என்பர்.

வரையில் இந்தியன் எவனும் மற்றுமோர் சீர்திருத்தத் தவணைக்குச் சுத்தமாக அருகதையற்றவன் என விளக்கியிருக்கிறார்.

மத்தியில் ஆட்சிப் பொறுப்பேற்று உள்ளவர்கள் தங்கள் ஆட்சிக் காலத்தில் எங்கள் சமூக நலனில் அக்கறைக் காட்டி, எங்கள் முன்னேற்றத்திற்கு ஆவன செய்வர் என்று நம்புகிறோம். அவ்வாறு அவர்கள் செயல்பட்டு, ஆட்சிப் பொறுப்பினை மற்ற சாதி இந்துக்களிடம் வழங்கிச் செல்லுங்கால் இரண்டாயிரம் ஆண்டுகளாய் அடிமைத்தளையில் ஆட்பட்டு விடுபட்ட ஆயிரக்கணக்கான ஆதிதிராவிட மக்களின் ஒட்டுமொத்த ஆசிகளையும் சுமந்து செல்லக்கூடும்.

எப்பொழுதும் எனக்குத் தோல்வி இல்லை; ஏனெனில்

என்றும் நான் முயற்சியை இழக்கப் போவதில்லை.

❃ ❃ ❃